AF518538

ഗ്രീൻ ബുക്സ്

മുകുന്ദപുരാണം

സുരേഷ് തിരുത്തിക്കാട്ട്

തൃശ്ശൂർ ജില്ലയിലെ അടാട്ട് ഗ്രാമത്തിൽ
തത്തനാത്ത് കൃഷ്ണൻകുട്ടിനായരുടേയും
തിരുത്തിക്കാട്ട് ശാരദടീച്ചറുടേയും
മകനായി 1962-ൽ ജനിച്ചു.
32 വർഷത്തോളം കേരള പോലീസിൽ
ജോലി ചെയ്ത് വിരമിച്ചു.
Email: suresh2841962@gmail.com

കഥ

മുകുന്ദപുരാണം

സുരേഷ് തിരുത്തിക്കാട്ട്

ഗ്രീൻ ബുക്സ്

green books private limited
gb building, civil lane road, ayyanthole,
thrissur- 680 003, kerala, ph: +91 487-2381066, 2381039
website: www.greenbooksindia.com
e-mail: info@greenbooksindia.com

branches:
thrissur 8589095302
thiruvananthapuram 8589095301
kozhikode 8589095307

malayalam
mukundhapuranam
story
by
suresh thiruthikkatt

published november 2024

cover design: s. mahendra

printed in india

isbn : 978-93-48125-34-7

₹ 140.00

GBPL/1398/2024

ഉള്ളടക്കം

ആമുഖം

യഥാർത്ഥത്തിൽ നീറ്റലനുഭവപ്പെടുന്ന കർമ്മങ്ങൾക്കിടയിലും നേരംപോക്കുകളുടെ പഴങ്കഥകൾ നിറഞ്ഞ ഒരു പുഴയാണ് പോലീസ് സേന.

ആ പുഴയിലൂടെ 32 വർഷം ഞാനും ഒഴുകി. പിന്നീട് കരകയറി. ആ ഒഴുക്കിനിടയിൽ ഞാൻ കണ്ട മുഖങ്ങളാണ് ഈ കഥയിലെ വിത്തുകൾ. ത്രസിപ്പിക്കുന്ന സാഹസികത നിറഞ്ഞ കുറ്റാന്വേഷണകഥകളാണെന്ന് ധരിക്കരുത്. പഴയ സഹപ്രവർത്തകരുടെ ശൂരതയും കുസൃതികളും കഥകളായി രൂപപ്പെട്ടുവെന്ന് മാത്രം.

പക്ഷേ കഥകൾക്ക് നിവർന്നുനിൽക്കാൻ ഒരു കഥാപാത്രം വേണമല്ലോ. അതുകൊണ്ടാണ് മുകുന്ദൻ എന്ന കഥാപാത്രത്തെ എനിക്ക് സൃഷ്ടിക്കേണ്ടി വന്നത്.

എഴുതിക്കൂട്ടിയ കഥകൾ പുസ്തകമായി പ്രസിദ്ധീകരിക്കാൻ പലരും നിർദ്ദേശിച്ചു. പക്ഷേ ഞാൻ മടിച്ചുനിന്നു. മടിച്ചുനിന്ന എന്നെ പുറകിൽനിന്നും ഉന്തിത്തള്ളിയത് ഭാര്യയും മക്കളും സഹപ്രവർത്തകരുമാണ്. ഒപ്പം ഗ്രീൻ ബുക്സ് പച്ചക്കൊടിയും വീശി.

അതുകൊണ്ടുതന്നെ എല്ലാവരോടുമുള്ള നന്ദിയും കടപ്പാടും വെറും ഭംഗിവാക്കിൽ മാത്രം ഒതുക്കാതെ അവരെല്ലാവരേയും ഞാൻ എന്റെ മനസ്സിൽ സൂക്ഷിക്കുകയാണ്.

സുരേഷ് തിരുത്തിക്കാട്ട്

ഉസ്മാന്റങ്ങാടി

ആ അങ്ങാടിക്ക് പേരില്ലായിരുന്നു. പേരില്ലാത്ത അങ്ങാടി ഒരങ്ങാടിയല്ലെന്ന് പലർക്കും തോന്നിത്തുടങ്ങിയിട്ട് നാളുകളേറെയായി. പിന്നീട് അവർ കണ്ടെത്തിയ പേരാണ് ഉസ്മാന്റങ്ങാടി. അതിന് കാരണമുണ്ട്. അങ്ങാടിയിലെ ഓരോ ചലനത്തിലും കാറ്റിലും മണത്തിലും ഉസ്മാന്റെ ശരീരവും വിയർപ്പും നിറഞ്ഞുനിന്നിരുന്നു. അങ്ങാടിയിൽ കെട്ടിക്കിടക്കുന്ന ചെളിവെള്ളത്തിൽ മുട്ടയിട്ട് പെരുകുന്ന കൊതുകിനുവരെ ഉസ്മാനെ നല്ലപോലെ അറിയാം.

ഉസ്മാനും അങ്ങാടിയിലുള്ള എല്ലാവരേയും അറിയാം. കാരണം ഉസ്മാൻ വളരെ ചെറുപ്പത്തിൽ ആ അങ്ങാടിയിൽ വന്നതാണ്. പക്ഷേ അങ്ങാടിക്കാർക്ക് ഇത് ഉസ്മാനാണ് എന്നു മാത്രം അറിയാം. ഉസ്മാൻ എവിടെ നിന്നു വന്നുവെന്ന് അറിയില്ല.

ഉസ്മാനേ ഒരു ചായ കൊണ്ടുവാ... ഉസ്മാനേ വെള്ളം കൊണ്ടുവാ... ഉസ്മാനേ ഗോഡൗണിൽനിന്നും അതുകൊണ്ടുവാ... ഇതുകൊണ്ടുവാ.... അങ്ങാടിയിലെ മുക്കിലും മൂലയിലുമുള്ളവർക്ക് തൊട്ടതിനും പിടിച്ചതിനും ഉസ്മാൻ വേണം. അങ്ങനെ എല്ലാവർക്കും പ്രിയപ്പെട്ടവനായി ഉസ്മാൻ മാറി.

അങ്ങാടിയിൽ വരുന്നവരോടും പോകുന്നവരോടും അയാൾ വളരെ അടുത്ത് ഇടപെടുമായിരുന്നു. ചിരിക്കുന്ന ചുണ്ടുകളുമായി ഉസ്മാൻ അവരോട് വിശേഷം ചോദിക്കും. അച്ഛന് സുഖമാണോ? അമ്മയ്ക്ക് സുഖമാണോ? മകളുടെ കല്യാണക്കാര്യം എന്തായി? പക്ഷേ ഉസ്മാന്റെ വീട്ടുവിശേഷം അവരാരും ചോദിക്കാറില്ല. അതൊന്നും അവർക്ക് അറിയുകയും വേണ്ട.

ഉസ്മാന് ബന്ധുക്കളില്ല. ആകെയുള്ളത് ഉസ്മാനെപ്പോലെ ചെറുപ്പത്തിൽ അങ്ങാടിയിൽ വന്ന മുത്തു എന്ന നായ മാത്രം. ഒരു ചെമ്പൻനായ. ഉസ്മാന്റെ സന്തതസഹചാരി. ഉസ്മാൻ പോകുന്നിടത്തെല്ലാം മുത്തു ഉണ്ടാകും ഉസ്മാൻ ഭക്ഷണം കഴിച്ചാലേ മുത്തു കഴിക്കൂ. ഉസ്മാൻ കിടന്നാലേ മുത്തു കിടക്കൂ.

ആരോ കൊടുത്ത ഉന്തുവണ്ടിയാണ് ഉസ്മാന്റെ ഉപജീവനമാർഗ്ഗം. ആ ഉന്തുവണ്ടിതന്നെയാണ് ഉസ്മാന്റെ വീടും. അങ്ങാടി ഉറങ്ങിയാൽ ഉസ്മാനും ഉറങ്ങും. ഉന്തുവണ്ടിയിൽ കയറി വളഞ്ഞു കിടന്ന് ഉറങ്ങും. കൂടെ മുത്തുവും.

അങ്ങാടിയുടെ പടിഞ്ഞാറു ഭാഗത്താണ് മുസ്ലീംപള്ളി. വെള്ളിയാഴ്ചകളിലെ ജുമാനമസ്കാരത്തിന് ഉസ്മാൻ മുടങ്ങാതെ പോകാറുണ്ട്. തൊട്ടടുത്തെ സുബ്രഹ്മണ്യസ്വാമി ക്ഷേത്രത്തിലെ ഷഷ്ഠി മഹോത്സവത്തിൽ കാവടിയാടാനും ഉസ്മാൻ പോകാറുണ്ട്. അമ്പലത്തിലെ പ്രസാദം തൊടും. ഞായറാഴ്ചകളിൽ ക്രിസ്ത്യൻ പള്ളികളിലെ കുർബാനയ്ക്കും പോകും.

ഉസ്മാന്റെ ഉന്തുവണ്ടിയിൽ എല്ലാ ദൈവങ്ങളുടേയും ഫോട്ടോ ഉണ്ട്. മക്കയുടെ, മഹാദേവന്റെ, യേശുദേവന്റെ. എല്ലാവരുടേയും അനുഗ്രഹം തനിക്കുണ്ടെന്ന് ഉസ്മാൻ അവകാശപ്പെടുന്നു. അതുകൊണ്ടാണത്രെ രാത്രിയിൽ നല്ലപോലെ ഉറങ്ങാൻ കഴിയുന്നത്. ഉറക്കമില്ലാത്തവർ ഉസ്മാനെ അസൂയയോടെ നോക്കും.

നൃത്തം കഴിഞ്ഞ നർത്തകിയുടെ കിതപ്പുപോലെ മഴ അന്ന് പതിവില്ലാതെ ചാറിച്ചാറി നിൽക്കുന്നു. പുലർച്ചെ പള്ളിയിൽ പോകുന്ന അങ്ങാടിയിലെ കച്ചവടക്കാർ മാലിന്യം കലർന്ന മഴവെള്ളം ചവിട്ടാതെ ട്രിപ്പിൾജംപ്കാരനെപ്പോലെ ചാടിച്ചാടിപ്പോകുന്നു.

അങ്ങാടിയുടെ ഓരത്ത് മഴ കുതിർന്ന മണ്ണിൽ ഒരാൾ കമിഴ്ന്ന് കിടക്കുന്നു. പുലർച്ചെ പള്ളിയിൽ പോകുന്ന ചിലരുടെ നോട്ടം അയാളിലേക്ക് എത്തി. അയാളുടെ ശരീരം തണുത്ത ഒരു വിറകുതടിപോലെ മരവിച്ചിട്ടുണ്ട്. കെട്ടിക്കിടക്കുന്ന മഴവെള്ളത്തിൽ അയാളുടെ ചോരകലർന്നിട്ടുണ്ട്. വെറുങ്ങലിച്ചു കിടക്കുന്ന അയാളെ ഒരാൾ മലർത്തിക്കിടത്തി. നിശ്ചലനായ ഉസ്മാനെയാണ് കണ്ടത്.

“ഇത് നമ്മുടെ ഉസ്മാനല്ലേ?” ഓരോരുത്തരും ആശ്ചര്യപ്പെട്ടു!

പക്ഷേ അവർ ദേവാലയത്തിലേക്കുള്ള പോക്ക് മുടക്കിയില്ല. കാരണം അവർക്ക് കച്ചവടം അഭിവൃദ്ധിപ്പെടണം. തൊട്ടടുത്തെ കടക്കാരനേക്കാൾ കൂടുതൽ കച്ചവടം കിട്ടണം. അതിന് അവർക്ക് ദൈവത്തിന് കൂടുതൽ ഓഫറുകൾ നൽകി സ്വാധീനിക്കണം.

ദൈവത്തെ സ്വാധീനിക്കാൻ പോയവരുടെ കടകൾ ഇരുട്ടിന്റെ ആഴങ്ങളിൽ കൊള്ളചെയ്യപ്പെട്ടിരിക്കുന്നു. കൊള്ളക്കാരെ ഉസ്മാൻ തടുക്കാൻ ശ്രമിക്കുന്നതും അവരുമായി ഏറ്റുമുട്ടുന്നതും അവരുടെ കൊലക്കത്തിക്ക് സ്വയം ഇരയാകുന്നതും അങ്ങാടിയിലെ

സി.സി.ടിവിയിൽ കൂടി പൊലീസും കച്ചവടക്കാരും നോക്കിനിന്നു. പിന്നെ അവർ ദീർഘശ്വാസം വിട്ടു.

പോസ്റ്റുമോർട്ടത്തിനുശേഷം കബറടക്കാൻ വേണ്ടി പള്ളിപ്പറമ്പ് ഒരുങ്ങിക്കഴിഞ്ഞിരുന്നു. മഴ കുതിർന്ന പുതുമണ്ണിന്റെ കൂമ്പാരത്തിന് ഉസ്മാന്റെ വിയർപ്പിന്റെ ഗന്ധം ഉണ്ടായിരുന്നു.

കബറടക്കുന്നതിന് മുൻപ് പള്ളിക്കമ്മിറ്റി പ്രസിഡണ്ടിന്റെ ചെവിയിൽ ആരോ ഒരാൾ എന്തോ രഹസ്യം പറഞ്ഞു. ആ രഹസ്യം അവിടെ കൂടിയ പലരുടേയും ചെവിയിലേക്ക് പകർന്നു. രഹസ്യം കേട്ടവർ കേട്ടവർ ഉസ്മാന്റെ പ്രസരിപ്പു നഷ്ടപ്പെട്ട മുഖത്തേക്ക് ഉറ്റുനോക്കി.

പള്ളിയിലെ മുക്രി ആചാരമെന്നോണം ഉറക്കെ വിളിച്ചു ചോദിച്ചു. “ഇനി ആരെങ്കിലും കാണാനുണ്ടോ?”

കൂടിനിൽക്കുന്നവർക്കിടയിൽനിന്നും ഒരാൾ മുന്നോട്ട് കടന്നു വന്നു. പിന്നെ അയാൾ വലിഞ്ഞുമുറുകിയ മുഖത്തോടെ ഉറക്കെ വിളിച്ചു പറഞ്ഞു.

“കബറടക്കാൻ വരട്ടെ! ഓൻ ഞമ്മടെയാളല്ല. ഓന്റെ ഇടതുനെഞ്ചത്ത് ‘ഓം’ എന്നും വലതുനെഞ്ചത്ത് ‘കുരിശും’ പച്ചകുത്തിയിട്ടുണ്ട്. അന്യമതക്കാരനായ ഓനെ ഞമ്മടെ പള്ളിപ്പറമ്പിൽ കബറടക്കാൻ പാടില്ല.”

കൂടിനിന്നവർ ആദ്യം നിശ്ശബ്ദരായി. പിന്നെ അവർ പിറുപിറുത്തുതുടങ്ങി.

“ഓന്റെ തുണിമാറ്റി നോക്ക്.” കൂട്ടത്തിലൊരാൾ വിളിച്ചുപറഞ്ഞു.

“അതിന്റെ ആവശ്യമില്ല. പൊലീസ് ഇൻക്വസ്റ്റ് നടത്താൻ തുണി മാറ്റിയപ്പോൾ ഞാൻ കണ്ടതാ.” രഹസ്യം കൊണ്ടുവന്നയാൾ സാക്ഷ്യം പറഞ്ഞു.

പള്ളിയിൽ ഒത്തുകൂടിയവർ പരസ്പരം നോക്കി.

“ഇവൻ നമ്മുടെ ആളല്ല. ഇവനുവേണ്ടി പള്ളിപ്പറമ്പിൽ കബർ ഒരുക്കേണ്ട കാര്യമില്ല.” കൂടുതൽപേർ പിറുപിറുത്തു.

പിറുപിറുത്തവർ മുരണ്ടുതുടങ്ങി. മുരണ്ടുതുടങ്ങിയവർ ആക്രോശിച്ചുതുടങ്ങി. ആക്രോശിച്ചവർ പുതുമണ്ണിനെ യഥാസ്ഥാനത്ത് നിക്ഷേപിച്ച് പിൻവാങ്ങി. പള്ളിപ്പറമ്പ് വിജനമായി.

“ഇത്രയും കാലം ഉസ്മാനായി അവൻ ജീവിച്ചു. ഇനി നമ്മൾ എന്തിന് ഏറ്റെടുക്കണം?”

അമ്പലക്കമ്മിറ്റിക്കാർ തിരിഞ്ഞുനടന്നു. അവർ അടുത്ത മാസം നടത്തേണ്ട ഷഷ്ഠി ആഘോഷത്തിന്റെ തിരക്കിൽ മുഴുകി.

"പിതൃത്വവും കുലവും അറിയാത്തവർക്ക് ലക്ഷങ്ങൾ വിലമതിക്കുന്ന സെമിത്തേരിയിൽ ഇടമുണ്ടാവില്ല."

വികാരിയുടെ ഉത്തരവ് കേട്ട് കർത്താവിന്റെ ഹൃദയം നൊമ്പരപ്പെട്ടു. ഭൂമിയിൽ മനുഷ്യനെ സൃഷ്ടിച്ചതിൽ ദൈവം ദുഃഖിച്ചു.

അങ്ങാടിക്കാർക്ക് വേണ്ടി പോരാടി ജീവത്യാഗം ചെയ്ത ഉസ്മാന്റെ വിറങ്ങലിച്ച ശരീരവും പോലീസും മാത്രം അവശേഷിച്ചു.

നക്ഷത്രങ്ങൾ തെളിയാത്ത ഉസ്മാന്റെ മുഖത്തേക്ക് നോക്കി പോലീസ് പറഞ്ഞു.

"ഉസ്മാനേ, നീ അനാഥനല്ല. നിന്റെ ബന്ധുക്കൾ ഞങ്ങളാണ്. ഞങ്ങൾ മാത്രം."

കുതിച്ചുകയറി വരുന്ന പ്രഭാതസൂര്യനെപ്പോലെ ഉസ്മാന്റെ മുഖത്ത് മന്ദഹാസത്തിന്റെ വെളുത്ത പൂ വിരിഞ്ഞുവോ?

അവർ ഉസ്മാനെ ആംബുലൻസിൽ കയറ്റി കൊണ്ടുപോയി. അപ്പോഴും അങ്ങാടിയിലെ അഴുക്കുചാലിൽ മറിഞ്ഞുകിടക്കുന്ന ഉസ്മാന്റെ ഉന്തുവണ്ടിയും അതിനടിയിൽ ഈച്ചയരിക്കുന്ന മുത്തുവും കിടപ്പുണ്ടായിരുന്നു.

■

കല്ലറ

“**കോ**രന് കഞ്ഞി കുമ്പിളിൽ തന്നെ. ക്രിസ്തുമസ്സായാലും ഓണ മായാലും പെരുന്നാളായാലും നമുക്ക് രാവും പകലും ഡ്യൂട്ടി തന്നെ.” ഞാൻ നൈറ്റ് പട്രോൾ ഡ്യൂട്ടിക്കിടെ വിമ്മിഷ്ടത്തോടെ വെറുതെ പുലമ്പിക്കൊണ്ടിരുന്നു.

പാതിരാകുർബ്ബാന കഴിഞ്ഞപ്പോൾ പള്ളിയും പരിസരവും ശാന്ത മായി. വന്നവരെല്ലാം അവരവരുടെ വീട്ടിൽ പോയി വാതിലടച്ചു. വികാരിയുടെ പള്ളിമേടയിലെ ലൈറ്റും അണഞ്ഞപ്പോൾ തെരുവിൽ ചാവാലിപ്പട്ടികളും നൈറ്റ്പട്രോൾ ഡ്യൂട്ടിക്കാരായ ഞങ്ങൾ പോലീ സുകാരും മാത്രമായി അവശേഷിച്ചു. ചാവാലിപ്പട്ടികളാണെങ്കിലും സ്ഥിരമായി കാണുകയാൽ നന്ദിസൂചകമായി വാലാട്ടി പിന്നെ സൂര്യ നമസ്കാരത്തിലെ ഏഴാംഭാഗം കാണിച്ച് കോട്ടുവായിട്ടു മോങ്ങി.

പട്ടികളുടെ കോട്ടുവായുടെ മാസ്മരികവലയത്തിൽപ്പെട്ടിട്ടാണോ എന്നറിയില്ല ഞാനും മുകുന്ദൻപോലീസും ഒരുമിച്ചു കോട്ടുവായിട്ടു. പിന്നെ കൺപോളകൾക്ക് കനം വെച്ചുതുടങ്ങിയപ്പോൾ നേരെ പള്ളി യുടെ സെമിത്തേരിയിലേക്ക് നീങ്ങി.

കുറുവിലങ്ങാട് ഇട്ട്യേച്ചൻ മകൻ ലാസർ വിശ്രമിക്കുന്ന ഗ്രാനൈറ്റ് വിരിച്ച കല്ലറയാണ് ഞാൻ തിരഞ്ഞെടുത്തത്. മുകുന്ദൻപോലീസ് തൊട്ടടുത്തുള്ള പിലാകണ്ടി വറീത് മകൻ ജോണിയുടെ കല്ലറയും തിരഞ്ഞെടുത്തു.

നൈറ്റ്പട്രോൾ ഡ്യൂട്ടിക്കിടെ പത്തു മിനിറ്റ് വിശ്രമിക്കണമെങ്കിൽ പള്ളിയുടെ സെമിത്തേരിതന്നെയാണ് ഉചിതമായ സ്ഥലമെന്ന് മുകു ന്ദൻപോലീസ് ഗവേഷണം നടത്തി കണ്ടെത്തിയതാണ്. മേലധി കാരികൾ കടന്നുവരാത്ത ഏക സ്ഥലം സെമിത്തേരിയാണെന്ന മുകുന്ദന്റെ കണ്ടെത്തൽ എത്ര ശരിയാണെന്ന് അനുഭവത്തിൽകൂടി ഞാനും മനസ്സിലാക്കി.

കല്ലറയ്ക്കു മുകളിൽ തോർത്തുവിരിച്ച് മലർന്നുകിടക്കുമ്പോൾ ആകാശത്തിലെ നക്ഷത്രങ്ങൾ ഞങ്ങളെ നോക്കി കണ്ണിറുക്കി ചിരിക്കാറുണ്ട്. ചന്ദ്രന്റെ ഒരു കീറ് നേർത്ത നിലാവും പരത്തുന്നുണ്ട്.

"മുകുന്ദാ... നമ്മുടെ ഈ കിടപ്പ് ഇവിടുത്തെ ആത്മാക്കൾക്ക് ഇഷ്ടപ്പെടുമോ? അവരുടെ സ്വൈരവിഹാരത്തിന് നമ്മൾ ഒരു തടസ്സമാകില്ലേ?" ഇളംകാറ്റിന്റെ സീൽക്കാരശബ്ദത്തോടൊപ്പം ഞാൻ ചോദിച്ചു.

"നിയൊന്നുമിണ്ടാതെ കിടന്നേ്യൻ. മ്മ്ളേ... ഒരു ആത്മാവും തൊടില്ല. മ്മ്ള് അവർക്കൊരു ദോഷോം ചെയ്തിട്ടില്ലല്ലോ. കൊല്ലം കൊറേയായില്ലടാ ഈ പാവങ്ങള് ഇതിന്റെയുള്ളില് കെടക്കുണു. മ്മ്ള് അവർക്കൊരു കൂട്ടായിട്ട് ഇവിടെ വരുന്നു അത്രേള്ളൂ." ആത്മാക്കളുടെ മനസ്സറിയുന്നപോലെ മുകുന്ദൻ പാതിയുറക്കത്തിൽ പറഞ്ഞു.

"അല്ല മുകുന്ദാ... ഇനിപ്പോ ഏതെങ്കിലും ആത്മാവ് മ്മ്ടെ മെക്കട്ട് കേറാൻ വന്നാൽ മ്മള് എന്തു ചെയ്യും?" എന്റെ ചോദ്യം കേട്ട് ഉറക്കത്തിലേക്ക് വഴുതിപ്പോയ മുകുന്ദൻ ഞെട്ടിയുണർന്നു.

"നീ വെറുതെ ആളെപേടിപ്പിക്കാണ്ടെ മിണ്ടാതെ കിടന്നേ്യൻ. ഇനി വല്ല ഉന്നതന്റെയും ആത്മാവ് മ്മ്ടെ അടുത്തേക്ക് വന്നാൽ ദുർമരണക്കാരന്റെയും അപകടത്തിൽ മരിച്ചവരുടേയും ആത്മാവ് മ്മ്ളെ സഹായിക്കും. ബന്ധുക്കൾപോലും തൊടാൻ മടിക്കുന്ന അവരുടെ ബോഡിയല്ലെ മ്മ്ള് വാരിവലിച്ചെടുത്ത് വേണ്ട നടപടികളെല്ലാം ചെയ്ത് വേണ്ടപ്പെട്ടവർക്ക് കൈമാറുന്നത്. ആ ആത്മാക്കൾക്ക് മ്മ്ളോട് കൂറുണ്ടാകും."

"എങ്ങനെയാണ് മുകുന്ദന് ആത്മാക്കളുമായി ഇത്ര ബന്ധമുണ്ടായത്?" എനിക്ക് മുകുന്ദനോട് ചെറിയ ആരാധന തോന്നി.

മുകുന്ദന്റെ വാക്കുകൾക്ക് യുക്തിയുണ്ടെന്ന് എനിക്കും തോന്നി. റെയിൽവെ ട്രാക്കിൽ ഛിന്നഭിന്നമായി കിടന്നവരുടേയും കെട്ടിത്തൂങ്ങി മരിച്ചവരുടേയും ചീഞ്ഞളിഞ്ഞുകിടന്നവരുടേയുമടക്കം എത്ര ബോഡിയാണ് വാരിവലിച്ചെടുത്ത് ഇൻക്വസ്റ്റ് നടത്തി പോസ്റ്റുമോർട്ടത്തിന് കൊണ്ടുപോയി ബന്ധുക്കൾക്ക് വിട്ടുകൊടുക്കുന്നത്. ആ സ്നേഹം അവർ കാണിക്കാതിരിക്കില്ല. ഞാൻ ആത്മവിശ്വാസത്തോടെ കണ്ണടച്ച് ഒന്നുമയങ്ങാൻ നോക്കി.

നിലാവും മഞ്ഞും കൂടിക്കലരുന്ന വൃശ്ചികമാസത്തിലെ രാവ്. ചില കാലൊച്ച കേൾക്കുന്നുണ്ടോ എന്നു സംശയം. ഇരുട്ടിന്റെ ആഴങ്ങളിൽ നിന്ന് ചൊക്ലിപ്പട്ടികൾ ഓരിയിടുന്നുണ്ട്. തലയ്ക്ക് മുകളിലൂടെ ഒരു കടവാതിൽ ചിറകടിച്ചു പറന്നുപോയി. എന്തോ മുന്നറിയിപ്പ് തന്നപോലെ.

ഞാൻ പാതി കണ്ണുതുറന്നു. മാനത്ത് മേഘക്കീറുകൾ പരന്നപ്പോൾ ശേഷിച്ച നിലാവും ഇല്ലാതായി. ഒരു ചെറുഭയം എന്നിൽ ഉടലെടുത്തു. ഞാൻ കണ്ണുകൾ മുറുകെയടച്ചു. ആരുടേയോ സാന്നിദ്ധ്യമുള്ളപോലെ എനിക്കു തോന്നി.

"ആരാണ് നിങ്ങൾ? ഞങ്ങളുടെ സ്വസ്ഥത കളയാൻ എന്തിനാണ് ഇവിടെ വന്നത്?" ഘനഗാംഭീര്യത്തോടെയുള്ള ചോദ്യം.

ചന്ദനത്തിരിയുടേയും ധൂപക്കുറ്റിയിൽനിന്നും വരുന്ന കുന്തിരിക്കത്തിന്റെയും ഗന്ധം പരന്നപ്പോൾ ആരുടേയോ ആത്മാവാണെന്ന് എനിക്ക് ബോദ്ധ്യമായി.

എന്റെ അടിവയറ്റിൽനിന്നും ഒരു വിറയൽ തലച്ചോറിലേക്ക് ഇരച്ചുകയറി.

ഞാൻ മുകുന്ദൻപോലീസിനെ വിളിച്ചു. പക്ഷേ ശബ്ദം പുറത്തുവന്നില്ല. മുകുന്ദന്റെ കൂർക്കംവലി അന്തരീക്ഷത്തെ മലിനപ്പെടുത്തുന്നു.

"ഞങ്ങൾ പോലീസുകാരാണ് ചേട്ടാ. ഒന്നു വിശ്രമിക്കാൻ വന്നതാണ്. ഇഷ്ടായില്ലെങ്കിൽ മടങ്ങിപ്പൊയ്ക്കോളാം." ചെറിയ ഉൾഭയത്തോടെ പറഞ്ഞ് ഞാൻ എഴുന്നേൽക്കാൻ ശ്രമിച്ചു.

"വേണ്ട മകനെ. മതിയാവോളം വിശ്രമിക്കൂ. പുലരുന്നതുവരെ സമയമുണ്ട്." വാത്സല്യത്തോടെയുള്ള മറുപടി.

ഞാൻ പതുക്കെ എഴുന്നേറ്റിരുന്നു. ആദ്യമായിട്ടാണ് ഒരു ആത്മാവിനെ നേരിൽ കാണുന്നത്. ഭയമുണ്ടെങ്കിലും ആ ശബ്ദത്തിന്റെ ഉടമയെ ഞാൻ നോക്കി. തൂവെള്ള ഫുൾകൈ ഷർട്ടും വെള്ള മുണ്ടും വെള്ള കയ്യുറയും കാലിൽ കറുത്ത ഷൂവും ധരിച്ച പ്രൗഢിയുള്ള വൃദ്ധൻ.

"ചേട്ടൻ ആരുടെ ആത്മാവാണ്? ഈ കല്ലറയിലാണോ താമസം?" ഇടറുന്ന ശബ്ദത്തോടെ ഞാൻ ചോദിച്ചു.

എന്റെ ചോദ്യം കേട്ട് പ്രസന്നമായി ഒഴുകുന്ന നദിയെപ്പോലെ അദ്ദേഹം ചിരിച്ചു.

"ആത്മാക്കളുടെ പിതൃത്വത്തേയും കുലത്തേയും അന്വേഷിക്കരുത്. മരിച്ചുകഴിഞ്ഞാൽ എല്ലാ ആത്മാക്കളും ശുദ്ധിയുള്ളവരാകുന്നു. കർത്താവായ ദൈവം ഏദൻതോട്ടം നിർമ്മിച്ചപോലെ തന്നെയാണ് ഈ ശ്മശാനവും. മനുഷ്യകരങ്ങളാൽ നിർമ്മിക്കപ്പെട്ട ഈ കല്ലറ നശിച്ചാലും സ്വർഗ്ഗീയഭവനം ഞങ്ങളെ ആവരണം ചെയ്തിട്ടുണ്ട്. അതിന് ഞങ്ങളെ ഒരുക്കിയത് ആത്മാവിനെ ഞങ്ങൾക്ക് അച്ചാരമായി തന്നിരിക്കുന്ന ദൈവമാണ്.

മനുഷ്യൻ അപ്പംകൊണ്ട് മാത്രം ജീവിക്കാതെ ദൈവവചനം ഉൾക്കൊണ്ട് ജീവിക്കണം. നന്മയും തിന്മയും ദൈവത്തിന്റെ ന്യായാസനത്തിനു മുന്നിൽ ഹാജരാക്കപ്പെടേണ്ടിവരും. പിന്നെ ഈ കല്ലറ. അതിൽ ചൈതന്യം നഷ്ടപ്പെട്ട വെറും ജഡം മാത്രം. തറവാട്ടു മഹിമയ്ക്കുവേണ്ടി കുടുംബക്കാർ നിർമ്മിക്കുന്നത്. അത് നിങ്ങൾക്കെങ്കിലും ഉപകാരമാകട്ടെ. സമാധാനമായി വിശ്രമിക്കൂ."

മന്ദഹാസത്തോടെയുള്ള മറുപടിയിലും അദ്ദേഹത്തിന്റെ മുഖത്ത് ഒരു വിഷാദം നിഴലിക്കുന്നതായി എനിക്ക് തോന്നി. ഞാൻ അദ്ദേഹത്തിന്റെ മുഖത്തേക്ക് വാത്സല്യത്തോടെ നോക്കി.

"നാളെ ക്രിസ്തുമസ്സല്ലേ? ചേട്ടന് സ്വന്തം വീട്ടിൽ പോകണമെന്ന് ആഗ്രഹമുണ്ടോ? അവിടെ ഭാര്യയും മക്കളും ഒന്നിച്ചിരുന്ന് കേക്ക് മുറിക്കുന്നതും സ്വല്പം മിനുങ്ങുന്നതും കാണാൻ കൊതിയില്ലേ? വേണമെങ്കിൽ ഞങ്ങൾ കൂടെ വരാം. സീനിയർ സിറ്റിസനായ അങ്ങയെ സഹായിക്കാനുള്ള ബാധ്യത കേരള പോലീസിനുണ്ട്." ഞാൻ ഔദ്യോഗിക ഉത്തരവാദിത്തത്തോടെ പറഞ്ഞു.

എന്റെ വിചിത്രമായ വാക്കുകേട്ട് അദ്ദേഹം മന്ദഹസിച്ചു.

"ആത്മാക്കളെ പ്രലോഭിക്കാൻ ഇത്തരം വാക്കുകൾക്ക് കഴിയില്ല മകനെ." അദ്ദേഹം ചെറുചിരിയോടെ പറഞ്ഞു.

"അല്ലാ, ചേട്ടൻ ഒറ്റയ്ക്ക് പോയാൽ സംശയാസ്പദമായി കണ്ടുവെന്ന് പറഞ്ഞ് ഞങ്ങളുടെ മേലാധികാരികൾ ചേട്ടനെ U/s 41 CrPC പ്രകാരം അറസ്റ്റുചെയ്ത് അകത്താക്കും."

എന്റെ സംസാരത്തിലെ അവിവേകം കേട്ടിട്ടാണോ എന്നറിയില്ല അദ്ദേഹം ഉറക്കെ പൊട്ടിച്ചിരിച്ചു.

ആ ചിരിയുടെ മുഴക്കത്തിൽ ഞാൻ ഞെട്ടിയുണർന്നു.

അപ്പോഴും മുകുന്ദൻപോലീസ് കൂർക്കം വലിച്ച് ശബ്ദമലിനീകരണം നടത്തിക്കൊണ്ടിരിക്കുകയാണ്.

■

കാലന്റെ കാലക്കേട്

ജയപാലന്റെ മരണം ജയപാലനുതന്നെ വിശ്വാസമായില്ല. തന്റെ മരണത്തിനുള്ള ഹേതു എന്താണെന്ന് അയാൾക്ക് ഇപ്പോഴും പിടി കിട്ടുന്നില്ല. മാന്യതയോടെ വിളിച്ചുപറയാവുന്ന ഷുഗർ, കൊളസ്ട്രോൾ, ബിപി മുതലായ രോഗങ്ങളൊന്നും തനിക്കില്ല. എന്തിനു പറയുന്നു മാന്യതയില്ലാത്ത മൂലക്കുരു എന്ന ഒളിച്ചിരിക്കുന്ന രോഗം പോലും തനിക്കില്ല. പിന്നെങ്ങനെ താൻ മരിച്ചു? വികാരക്ഷോഭത്തോടെ ജയപാലൻ ജയപാലനോടുതന്നെ ചോദിച്ചു.

മനുഷ്യാവകാശമുള്ള ഒരു പൗരൻ അബോധാവസ്ഥയിൽ റോഡരികിൽ കിടക്കുന്ന വിവരം കിട്ടിയപ്പോഴാണ് മനുഷ്യാവകാശമില്ലാത്ത പോലീസ് സ്ഥലത്ത് വന്നത്. വന്നപാടെ വരിക്കച്ചക്ക പഴുത്തിട്ടുണ്ടോയെന്ന് നോക്കുന്നപോലെ തട്ടിനോക്കി. പിന്നെ ഉരുട്ടിമലർത്തി കിടത്തി. വായിൽനിന്നും പൊടിയിട്ടുകലക്കിയ കള്ളിന്റെ നുരയും ദുഷിച്ച ഗന്ധവും പുറത്തേക്ക് ഒഴുകിയപ്പോൾ ചെന്നിനായകം രുചിക്കേണ്ടിവന്ന കൊച്ചിന്റെ മോന്തപോലെ പോലീസുകാരുടെ മുഖം ചുളിഞ്ഞു.

ആളെ തിരിച്ചറിയുന്നതിനായി അവിടെ കൂടിയവരോട് അന്വേഷിച്ചെങ്കിലും ജയപാലനെന്ന ഈ കുടിയനെ തങ്ങളുടെ തലയിൽ കെട്ടിവെക്കുമോ എന്ന ആശങ്കയാൽ പലരും കൈമലർത്തി നീർകാക്കയെപ്പോലെ മുങ്ങി. അപ്പോഴാണ് അയാളിൽ ഒരു ഞെരുക്കം കണ്ടത്. പോലീസ് അയാളെ വാഴക്കന്ന് കൊണ്ടുപോകുംപോലെ ജീപ്പിൽ കയറ്റി ആശുപത്രിയിലേക്ക് കൊണ്ടുപോയി.

മെഡിക്കൽകോളേജ് കേഷ്വാലിറ്റിയിലേക്ക് അയാളെ എത്തിക്കുമ്പോൾ ഹൗസ് സർജൻസി വിദ്യാർത്ഥികളോട് തന്റെ പൂർവ്വകാല സാഹസികത തള്ളുന്ന തിരക്കിലായിരുന്നു ഡോക്ടർ. രോഗിയെ കൊണ്ടുവരാനുള്ള സാഹചര്യം പോലീസ് വിശദീകരിച്ചെങ്കിലും കൈകൾ പാന്റിന്റെ പോക്കറ്റിൽ തിരുകി പുകയുന്ന അടുപ്പിലേക്ക്

നോക്കുന്നപോലെ ഡോക്ടർ പോലീസിനെ നോക്കി നിന്നു. പിന്നെ ജയപാലനെ ജനറൽ വാർഡിൽ അഡ്മിറ്റ് ചെയ്തു. കെട്ട് അടങ്ങാത്ത ജയപാലൻ വാ പൊളിച്ച് 'Z' പോലെ കിടന്നു.

പോലീസ് കസ്റ്റഡിയിലുണ്ടായിരുന്ന ജയപാലൻ എന്ന ചെറുപ്പക്കാരൻ മരിച്ചുവെന്ന വാർത്ത കേട്ടാണ് മിൽമ കണികണ്ടുണരാറുള്ള കേരളം ഉണരുന്നതു തന്നെ. 'ചത്തത് കീചകനാണെങ്കിൽ കൊന്നത് ഭീമൻ തന്നെ' എന്ന പഴഞ്ചൊല്ല് കാണാപ്പാഠം പഠിച്ചവർ പോലീസ്മർദ്ദനം മൂലമാണ് ജയപാലൻ മരിച്ചതെന്ന് വിധിയെഴുതി.

വാർത്തകേട്ടപ്പോൾ പോലീസുകാർ പരസ്പരം ചോദിച്ചുകൊണ്ടിരുന്നു. ആരാണ് ഈ ജയപാലൻ?

അച്ചടിമാധ്യമങ്ങളും ദൃശ്യമാധ്യമങ്ങളും കുന്തവും കൊടച്ചക്രവുമെടുത്ത് മെഡിക്കൽകോളേജിലേക്ക് ഓടി. ജേണലിസം തട്ടിമുട്ടി പഠിച്ച ഉദ്യോഗാർത്ഥികൾക്ക് നക്കാപ്പിച്ച ശമ്പളം കൊടുത്ത് ക്യാമറയ്ക്ക് മുന്നിൽ കൊണ്ടുപോയി നിർത്തി അവരെക്കൊണ്ട് വാതോരാതെ എന്തൊക്കയോ പറയിപ്പിച്ചു.

പ്രതിപക്ഷം കലിതുള്ളി, ജയപാലനെ മർദ്ദിച്ചുകൊന്ന പോലീസിന്റെ പേരിൽ കൊലക്കേസെടുത്ത് തുറങ്കിലടയ്ക്കണം, ജുഡീഷ്യൽ അന്വേഷണം നടത്തണം, മുഖ്യമന്ത്രി രാജിവെക്കണം, അവർ പോലീസ് മേധാവിയുടെ ഓഫീസിലേക്ക് വീറും വാശിയോടെയും പ്രകടനം നടത്തി.

"പോലീസെല്ലാം ചെറ്റകളല്ല...,

എന്നാലും ചില ചെറ്റകളുണ്ട്...

ആ ചെറ്റകളോടാണീ..., പറയുന്നെ"

തുടങ്ങിയ മുദ്രാവാക്യങ്ങൾ മുഷ്ടി ചുരുട്ടി ആകാശത്തേക്ക് എറിഞ്ഞ് പരുക്കൻതൊണ്ടയിലൂടെ വിളിച്ചു കൂവി. പിന്നെ ബാരിക്കേഡിന്റെ മുകളിലേക്ക് ഓടിക്കയറി, പോലീസിന് നേരെ കല്ലെറിഞ്ഞു. പോലീസ് ജലപീരങ്കിയിലൂടെ വെള്ളം ചീറ്റി. ഉടുമുണ്ടഴിഞ്ഞു പോയിട്ടും അടിവസ്ത്രം മാത്രം ധരിച്ച് ജാഥയ്ക്ക് വന്നവർ വെള്ളത്തിൽ ആർമാദിച്ചു കുളിച്ചു. ദൃശ്യമാധ്യമങ്ങൾ അത് ലൈവായി പ്രക്ഷേപണം നടത്തി. കുളിക്കുന്നവരുടെ ഭാര്യമാർ തങ്ങളുടെ ഭർത്താക്കന്മാർ കുളിക്കുന്നത് ടി.വിയിലൂടെ കണ്ട് സംതൃപ്തി പൂണ്ടു.

"ചേട്ടൻ ഇന്നെങ്കിലും കുളിച്ചല്ലോ." അവർ പിറുപിറുത്തു.

ത്രിസന്ധ്യ നേരത്ത് ചർച്ചത്തൊഴിലാളികൾ ടെലിവിഷൻപെട്ടിയിലിരുന്നു പരസ്പരം വീറോടെ വാദിച്ചു. വിരമിച്ച പോലീസ് ഉദ്യോഗസ്ഥരും അവരോടൊപ്പംകൂടി പോലീസിനെ കുറ്റപ്പെടുത്തി കയ്യടി

വാങ്ങി. ഉമിനീർഗ്രന്ഥിയുടെ ശക്തമായ പ്രവർത്തനംമൂലം അവരുടെ ഇരുകോണിലൂടെ തുപ്പൽ ഒലിച്ചിറങ്ങി. ചാനൽപണം വാങ്ങി അവർ സംതൃപ്തിയോടെ മടങ്ങി.

സസ്പെൻഷൻ ഉത്തരവ് ലഭിച്ചപ്പോഴാണ് ജയപാലന്റെ മരണത്തിൽ പ്രതിയായ വിവരം മുകുന്ദൻപോലീസ് അടക്കമുള്ളവർ അറിയുന്നത്. പടക്കളത്തിൽ തേരിന്റെ ചക്രം മണ്ണിൽ പൂണ്ടുപോയപ്പോൾ നിസ്സഹായാവസ്ഥയിൽ നിൽക്കേണ്ടിവന്ന കർണ്ണനെപ്പോലെ അവർ നിന്നു.

"ആരാണ് ജയപാലൻ?" അവർ വീണ്ടും പരസ്പരം ചോദിച്ചുക്കൊണ്ടിരുന്നു.

തൊട്ടടുത്തെ സൂപ്പർമാർക്കറ്റിൽ നിന്നും രണ്ടു പേക്കറ്റ് പാറ്റ ഗുളിക വാങ്ങി സസ്പെൻഷനായ മുകുന്ദൻപോലീസ് സ്വന്തം വീട്ടിലേക്ക് മടങ്ങി. ആറു മാസത്തോളമെങ്കിലും പുറത്തിരിക്കണം. അതുവരെ യൂണിഫോം പാറ്റ നക്കാതെ നോക്കണ്ടേ?

ജനറൽ വാർഡിന് പുറത്ത് ഒരു ഹെലികോപ്ടറിന്റെ ഇരമ്പൽ ജയപാലന് കേൾക്കാൻ കഴിയുന്നുണ്ട്. ശക്തിയായ കാറ്റും വീശുന്നുണ്ട്. ജനൽവാതിലുകൾ ആഞ്ഞടഞ്ഞു, പട്ടികൾ ഓലിയിട്ടു, നനിച്ചീരുകൾ വട്ടമിട്ടുപറന്നു. മുഷിഞ്ഞവസ്ത്രത്തിന്റെ ഗന്ധം വാർഡിൽ പരന്നു. ആരോ അടുത്തേക്ക് വരുന്നപോലെ ജയപാലന് തോന്നി.

"വാ ധനപാലാ. നമുക്ക് പോകാം." പരിചയമില്ലാത്ത ശബ്ദം കേട്ടെങ്കിലും ജയപാലന് കണ്ണുതുറക്കാൻ കഴിയുന്നില്ല.

"ഞാൻ ധനപാലനല്ല. ജയപാലനാണ്." അയാൾ പിറുപിറുത്തു.

"അത് നീയല്ല തീരുമാനിക്കേണ്ടത്. തീരുമാനിക്കേണ്ടവർ തീരുമാനിച്ചുവെച്ചിട്ടുണ്ട്." വന്നയാളുടെ വായിൽനിന്നും തുരുമ്പിച്ച ഭാഷ പുറത്തേക്ക് ഒഴുകി.

സ്വന്തം കൺപോള തുറക്കാൻ കഴിയാതെ ജയപാലൻ വല്ലാതെ പണിപെട്ടു. പിന്നെ വായകീറി ഒരു നീണ്ട കോട്ടുവായിട്ടു. മൂന്നു ദിവസമായി പല്ലുതേപ്പും നാക്കുവടിയും ഇല്ലാത്തതിനാൽ വെള്ളത്തിൽ ചീഞ്ഞ കൊട്ടടയ്ക്കയുടെ ദുർഗന്ധം വാർഡിലാകെ പരന്നു. ദുർഗന്ധം സഹിക്കാൻ പറ്റാതെ മെഡിക്കൽ കോളേജിലെ സ്ഥിരം അന്തേവാസികളായ മൂട്ട, പല്ലി, പാറ്റ മുതലായ ജീവികൾ ജീവനും കൊണ്ട് പുറത്തേക്ക് ഓടി. കടയുടെ ഷട്ടർ തുറക്കുന്നപോലെ കൺപോള ഒരുവിധം വലിച്ചുപൊക്കി തുറന്നുനോക്കി. കൊമ്പൻമീശയും കറുത്ത വസ്ത്രവും ധരിച്ച് ഒരു കൈയിൽ കയറും മറുകൈയിൽ മഴുവുമായി ഒരാൾ നിൽക്കുന്നു. വല്ല മരംമുറിക്കാരനായിരിക്കുമെന്ന് കരുതി ജയപാലൻ വീണ്ടും കണ്ണ് വലിച്ചടച്ചു.

“ധനപാലാ, പെട്ടെന്ന് വാ. എനിക്ക് തിരക്കുണ്ട്.” വന്നയാൾ ശബ്ദം കൂട്ടി പറഞ്ഞു.

“ഞാൻ ധനപാലനല്ലെന്ന് പറഞ്ഞില്ലേ? ഞാൻ ജയപാലനാണ്. ജയപാലൻ.” അയാൾ വിളിച്ചുകൂവി.

“നീ ആരായാലും നിന്നെ ഞാൻ കൊണ്ടുപോകും.” അയാൾ ക്വട്ടേഷൻ ഗുണ്ടകളെപ്പോലെ തീർത്തും പറഞ്ഞു.

“നീ ആരാ? എന്നെ നീ എങ്ങോട്ടാണ് കൊണ്ടുപോകുന്നത്?” ജയപാലന്റെ മുഖത്ത് ഗ്ലാസിലേക്കൊഴിച്ച ബിയറിന്റെ പതപോലെ ഈർഷ്യ നുരഞ്ഞുപൊന്തി.

“എടോ, ഞാൻ കാലനാണ്.” വന്നയാൾ സ്വയം പരിചയപ്പെടുത്തി.

“ഹും... നീ കാലനോ? എടാ പൊട്ടാ, കാലൻ പോത്തിന്റെ പുറത്താണ് വരുന്നത്. അല്ലാതെ നിന്നെപ്പോലെ തെണ്ടിത്തിരിഞ്ഞല്ല.” ഓട്ടുകിണ്ടി താഴെ വീഴുന്ന ശബ്ദത്തോടെ ജയപാലൻ പരിഹസിച്ചു.

“നീ കിടന്ന് നെഗളിക്കണ്ട, ഞാൻ ഒർജിനൽ കാലനാണ്. കുളമ്പുരോഗം വന്നതിനാൽ എന്റെ പോത്ത് ഇപ്പോൾ മെഡിക്കൽ അവധിയിലാണ്. യമരാജാവിന്റെ സ്പെഷൽ ഓർഡർ പ്രകാരം ഞാനിപ്പോൾ പുഷ്പകവിമാനത്തിലാണ് സഞ്ചരിക്കുന്നത്.” കാലൻ ഇത്തിരി ഗമയോടെ പറഞ്ഞു.

സംസാരത്തിനിടയിൽ ജയപാലനെ കയറിൽ കുരുക്കി പുഷ്പകവിമാനത്തിൽ കയറ്റി. അപ്പോഴാണ് ജയപാലന്റെ മരണം അയാൾക്ക് തന്നെ അവിശ്വസനീയമായി തോന്നിയത്. വല്ലാത്ത നിരാശയോടെ ഒരു പഴന്തുണിക്കെട്ടുപോലെ അയാളിരുന്നു.

“കാലൻസാറേ, എന്നെ സ്വർഗ്ഗത്തിലേക്കാണോ നരകത്തിലേക്കാണോ കൊണ്ടുപോകുന്നത്?” ജയപാലൻ ഹൃദയം മുറിഞ്ഞൊഴുകുന്ന നൊമ്പരത്തോടെ ചോദിച്ചു.

“അത് ഞാനല്ല തീരുമാനിക്കുന്നത്. നിന്നെ ഞാൻ പരലോകത്തെ ഓഫീസിൽ എത്തിക്കും. അവർ നിന്റെ അടയാളവിവരം പരിശോധിക്കും. പിന്നെ ഭൂമിയിലെ നിന്റെ ജീവിതത്തെക്കുറിച്ച് റിപ്പോർട്ട് തയ്യാറാക്കി യമരാജാവിന്റെ മുന്നിൽ ഹാജരാക്കും. അവിടുന്നാണ് നിന്നെ എങ്ങോട്ട് അയയ്ക്കണം എന്ന് തീരുമാനിക്കുക.” വാറണ്ടിലെ പ്രതിയെ പിടിച്ച പോലീസുകാരന്റെ മുഖഭാവത്തോടെ കാലൻ പറഞ്ഞു.

അധികം വൈകാതെ ആരോമൽചേകവരുടെ നേർപെങ്ങൾ ഉണ്ണിയാർച്ചയെപ്പോലെയുള്ള ഒരു സുന്ദരി ‘ധനപാലൻ’ എന്ന പേര്

ഉറക്കെ വിളിച്ചു. പകച്ചുനിന്ന ജയപാലന്റെ ശരീരത്തിലെ വസ്ത്രങ്ങൾ അവൾ ബലമായി അഴിച്ചുമാറ്റി. ലോക്കപ്പിലെ പ്രതികളെപ്പോലെ അടിവസ്ത്രം മാത്രം ധരിച്ച് അയാൾ തലകുനിച്ചു നിന്നു. എസ്.എസ്.എൽ.സി. ബുക്കിൽ രേഖപ്പെടുത്തിയ കാക്കപ്പുള്ളികളുമായി ഒത്തുനോക്കിയെങ്കിലും യാതൊരു സാമ്യവുമില്ല.

അവൾ അയാളുടെ മുഖത്തേക്ക് ദയനീയമായി നോക്കി.

"പെങ്ങളേ, ഞാൻ ധനപാലനല്ല ജയപാലനാണ്." അയാൾ നിരാശയോടെ കെഞ്ചി.

ഭൂമിയിലെ മനുഷ്യരുടെ ഡാറ്റ തയ്യാറാക്കി അയച്ചുതന്ന സ്വകാര്യ ഐ.ടി. കമ്പനിക്കാരെ അവൾ പ്രാകി. ആളുമാറിയ വിവരം അവൾ ചിത്രഗുപ്തന്റെ ചെവിയിൽ രഹസ്യമായി പറഞ്ഞു.

"നീ ഇതൊന്നും ആരോടും കൊട്ടിഘോഷിക്കാൻ നിൽക്കണ്ട. അയാളെ നമുക്ക് യമരാജാവിന്റെ മുന്നിൽ ഹാജരാക്കി തടിയൂരാം." പിലാത്തോസിനെപ്പോലെ കൈ കഴുകി ചിലമ്പിച്ച ശബ്ദത്തോടെ ചിത്രഗുപ്തൻ പറഞ്ഞു.

കോടതിയിലെ ബെഞ്ചുക്ലർക്ക് പ്രതിയുടെ പേര് വിളിക്കുന്നപ്പോലെ ചിത്രഗുപ്തൻ ധനപാലന്റെ പേര് ഉറക്കെ വിളിച്ചു.

ധനപാലന് പകരം ജയപാലനെ പുറകിൽനിന്നും ഭൂതഗണങ്ങൾ തള്ളി ഹാജരാക്കി. പിന്നെ ചിത്രഗുപ്തൻ കനമുള്ള രജിസ്റ്റർ നോക്കി യമരാജാവിന് മുന്നിൽ ഉറക്കെ വായിച്ചു.

"ധനപാലൻ, വയസ്സ് 40, വിവാഹിതൻ, മലയാളി, അന്യസംസ്ഥാന തൊഴിലാളികൾ പണിയെടുക്കും. അതിന്റെ നോക്കുകൂലി വാങ്ങി ഇയാൾ ജീവിക്കും."

"യുവർ ഓണർ... ഒരു സങ്കടം ബോധിപ്പിക്കാനുണ്ട്." ജയപാലൻ തൊഴുകൈയോടെ അഭ്യർത്ഥിച്ചു.

യമരാജൻ കണ്ണടയ്ക്കിടയിലൂടെ അയാളെ നോക്കി.

"ഞാൻ ധനപാലനല്ല ജയപാലനാണ്. മെഡിക്കൽ കോളേജ് ജനറൽ വാർഡിൽ എന്റെ തൊട്ടടുത്ത് ഗുരുതരാവസ്ഥയിൽ കിടന്നിരുന്നയാളാണ് ധനപാലൻ. അയാളാണ് മരിച്ചത്. അയാളുടെ കൈയിൽ കെട്ടേണ്ട പേരെഴുതിയ ടാഗ് എന്റെ കൈയിൽ ആളുമാറി കെട്ടിയതാണ്. അവിടുന്ന് ദയവുണ്ടായി എന്നെ ഭൂമിയിലേക്ക് തന്നെ തിരിച്ചെത്തിച്ച് യഥാർത്ഥ ധനപാലനെ ഇങ്ങോട്ടുകൊണ്ടുവരാൻ ഉത്തരവിടണം." ജയപാലൻ സ്വന്തമായി വാദിക്കുന്ന കക്ഷിയെപ്പോലെ യമരാജാവിന്റെ മുമ്പാകെ വാദിച്ചു.

യമരാജന്റെ പുരികങ്ങൾ വളഞ്ഞു, ചുണ്ടുകൾ കോടി, അഗ്നിബാധയേറ്റ കണ്ണുകളോടെ അദ്ദേഹം ചിത്രഗുപ്തനെ രൂക്ഷമായി നോക്കി. ജില്ലാപോലീസ് മേധാവിയുടെ തെറികേൾക്കാൻ സന്നദ്ധനായി നിൽക്കുന്ന ഡിവൈ.എസ്.പി.യെപ്പോലെ ചിത്രഗുപ്തൻ വളഞ്ഞൊടിഞ്ഞു നിന്നു. നാവ് അരണയെപ്പോലെ എല്ലാം മറന്ന് വായ്ക്കുള്ളിൽ പതുങ്ങിക്കിടന്നു.

ജയപാലന്റെ അഭ്യർത്ഥനയും സത്യാവസ്ഥയും യമരാജാവ് അംഗീകരിച്ചു; പിന്നെ കൊട്ടുവടി മേശപ്പുറത്ത് ആഞ്ഞടിച്ചു. ഭൂമിയിലെ രാഷ്ട്രീയക്കാരുടെ കൂത്താട്ടം വിശ്വസിച്ച് ആളുമാറിക്കൊണ്ടുവന്ന കാലനെ സസ്പെന്റ് ചെയ്യാനും ചിത്രഗുപ്തനെ നരകത്തിലേക്ക് ട്രാൻസ്ഫർ ചെയ്യാനുമുള്ള ഉത്തരവിൽ അദ്ദേഹം ഒപ്പുവെച്ചു.

സത്യത്തിൽ സസ്പെൻഷൻ കിട്ടിയിട്ടും കുടുംബവുമായി ആഹ്ലാദിക്കുന്ന തിരക്കിലായിരുന്നു മുകുന്ദൻപോലീസ്. ആ ആശ്വാസത്തിൽ ടൂർ പോകുവാനുള്ള തയ്യാറെടുപ്പിനിടയിലാണ് സസ്പെൻഷൻ ഉത്തരവ് പിൻവലിച്ചതും ഡ്യൂട്ടിക്ക് ചെല്ലാനുള്ള അറിയിപ്പും വന്നത്.

മരണവിവരത്തിന് ടെലിഗ്രാം കിട്ടിയപോലെ മുകുന്ദൻ പകച്ചുനിന്നു. അയാളുടെ ഭാര്യ യാത്രയ്ക്കായി ഉടുത്ത പുത്തൻസാരി മാറ്റി മുഷിഞ്ഞ മാക്സിക്കുള്ളിലേക്ക് വലിഞ്ഞുകയറുമ്പോഴും സത്യം വിളിച്ചുപറഞ്ഞ ജയപാലനെ പ്രാകിക്കൊണ്ടിരുന്നു. സസ്പെൻഷൻ പിൻവലിച്ചതിൽ ഖേദിക്കുന്ന ഒരു കുടുംബമായി മാറി അവരുടേത്.

മുൻകൂർ ജാമ്യം: ലോകവുമായി പുലബന്ധമില്ലാത്ത നുണകളാണ് ഈ കഥയിലുള്ളത്. നുണകൾക്കിടയിലും ചില യാഥാർത്ഥ്യങ്ങൾ ഒളിഞ്ഞുകിടക്കുന്നുണ്ട്.

■

ഗുരുവായൂരപ്പന്റെ സ്വന്തം മുകുന്ദൻ

ഗുരുവായൂരപ്പന്റെ പൊട്ടിച്ചിരി കണ്ടപ്പോൾ മുകുന്ദൻപോലീസിന്റെ മുഖത്ത് ചെറിയ നീരസം വന്നു. താൻ വല്ല വിഡ്ഢിത്തരവും ഭഗവാന്റെ മുന്നിൽ അവതരിപ്പിച്ചോ? ഒരു ട്രാൻസ്ഫർ ശരിയാക്കിത്തരാനല്ലെ ആവശ്യപ്പെട്ടുള്ളൂ. ഇതിന് ഇത്രമാത്രം ചിരിക്കാനുണ്ടോ? അങ്ങ് ഒരു ഭഗവാനല്ലേ. പരാതിക്കാരന്റെ മാനസികാവസ്ഥ മനസ്സിലാക്കണ്ടേ?

ഒന്നുമല്ലെങ്കിൽ ഉടലിൽനിന്നും കാക്കി ഊരാൻ സമയം കിട്ടാതെ ഇത്രയും വർഷം ഗുരുവായൂരും പരിസരത്തും ജോലി ചെയ്ത ഒരു പോലീസുകാരനല്ലെ ഞാൻ. എന്നിട്ട് എന്റെ സങ്കടത്തിന് ഒരു വിലയുമില്ല. നിരോധിച്ച നോട്ടും റോൾഡ്ഗോൾഡും ഭണ്ഡാരത്തിലിട്ട് ഭഗവാനെ പറ്റിക്കുന്നവർക്ക് വാരിക്കോരി അനുഗ്രഹം കൊടുക്കുക. ആരെ സഹായിക്കാനാ ഇവിടെയിരിക്കുന്നത്? എന്നെക്കൊണ്ടൊന്നും പറയിപ്പിക്കണ്ട. മുകുന്ദൻ ഇങ്ങനെ ഈർഷയോടെ പറഞ്ഞിട്ടും ഭഗവാൻ ചിരി നിർത്തിയില്ല.

ഭഗവാനും മുകുന്ദൻപോലീസും തമ്മിലുള്ള ഇരുപ്പുവശം വെച്ച് അവർക്ക് പരസ്പരം പിണങ്ങാനും ഇണങ്ങാനും അവകാശമുണ്ട്. കാരണം അവർ നിത്യേന പരസ്പരം കാണുന്നതല്ലെ! മേൽശാന്തി പോലും ആറു മാസം കഴിഞ്ഞാൽ മാറിപ്പോകും.

ഭഗവാനാണത്രെ. ഭഗവാൻ! എത്ര വർഷമായി നിന്റെ ഈ പൂങ്കാവനത്തിൽ ദ്വാരപാലകനെപ്പോലെ ഞാൻ ഡ്യൂട്ടി നോക്കിത്തുടങ്ങിയിട്ട്. എന്നിട്ടും എനിക്ക് ഒരു മനസ്സമാധാനവും നീ തന്നിട്ടില്ല. ഞാൻ എങ്ങോട്ടെങ്കിലും ട്രാൻസ്ഫർ വാങ്ങി പോകുകയാണ്. പറ്റുമെങ്കിൽ അതെങ്കിലും ശരിയാക്കിത്തായോ? കാക്കി പാന്റും മഫ്തിഷർട്ടും ധരിച്ച മുകുന്ദൻപോലീസിന്റെ സങ്കടവും ദേഷ്യവും കണ്ടപ്പോഴാണ് സത്യത്തിൽ ഗുരുവായൂരപ്പന് ചിരിവന്നത്.

ഈ പോലീസുകാരന് എന്തുപറ്റി? ആദ്യമായിട്ടാണല്ലോ ഇത്ര വികാരക്ഷോഭത്തോടെ പരാതി പറയുന്നത്.

അത്താഴപൂജ കഴിഞ്ഞതിനാൽ ഭഗവാന് വല്ലാത്ത ക്ഷീണം അനുഭവപ്പെട്ടു. വാകച്ചാർത്ത് മുതൽ അത്താഴപൂജ വരെ എത്ര എത്ര പരാതികളും സങ്കടങ്ങളുമാണ് ഒരു ദിവസം കേൾക്കുന്നത്. എല്ലാവർക്കും സ്വന്തം ഉയർച്ച മാത്രം മതി. ഭാഗ്യക്കുറി എടുത്തവന് അത് അടിക്കണം, കച്ചവടക്കാരന് കൊള്ളലാഭം കിട്ടണം, ഒരുപണിക്കും പോകാത്തവന് പണക്കാരനാകണം, എന്റെ മോൾക്ക് മാത്രം ഫുൾ എ പ്ലസ് കിട്ടണം മുതലായ പരാതിക്കാരാണ് കൂടുതലും. അവർ ഭക്തന്റെ വേഷം കെട്ടുകയാണ്.

ഭഗവാനാണെങ്കിലും ക്ഷീണമുണ്ടാകുമല്ലോ. ഒന്നു വിശ്രമിക്കാൻ തിരിയുന്ന നേരത്താണ് മുകുന്ദൻ പരാതിയുമായി എത്തിയത്.

മുകുന്ദനെ ഗുരുവായൂരപ്പൻ കാണാൻ തുടങ്ങിയിട്ട് വർഷങ്ങളായല്ലോ. ക്ഷേത്രത്തിനകത്തും പുറത്തും കല്യാണമണ്ഡപത്തിനടുത്തും ഏത് മുക്കിലും മൂലയിലും മുകുന്ദൻ ജോലി ചെയ്യുന്നത് ഭഗവാൻ ശ്രദ്ധിക്കാറുണ്ട്. ചെയ്യുന്ന ജോലിയിലെ സത്യസന്ധത കണ്ടാണ് ഭഗവാന്റെ ശ്രദ്ധ മുകുന്ദനിൽ പതിഞ്ഞത്.

തന്റെ കർമ്മങ്ങളിൽ നിന്നും വ്യതിചലിച്ച് നടയിൽ വന്ന് ഇടികൂടി തൊഴുന്നവരെ ഭഗവാൻ അവഗണിക്കാറാണ് പതിവ്. അതുപോലെ സ്വാധീനം ഉപയോഗിച്ച് ക്രമം തെറ്റിച്ച് ദർശനത്തിനായി വരുന്ന വി.ഐ.പി.കളെയും ഭഗവാൻ ശ്രദ്ധിക്കാറില്ല. അവനവന്റെ കർമ്മം സത്യസന്ധമായി ചെയ്യുന്നവനാണ് തന്റെ ഭക്തൻ. അവർ തന്നെ ദർശിക്കാൻ ഇവിടെ വന്നില്ലെങ്കിലും അവരോടാണ് ഭഗവാന് പ്രിയം.

അങ്ങനെയാണ് മുകുന്ദൻപോലീസ് ഭഗവാന് വേണ്ടപ്പെട്ടയാളായത്. തന്റെ ഡ്യൂട്ടിസമയത്ത് മുകുന്ദൻ തൊഴാൻ പോകാറില്ല. കൃത്യതയോടെ ഡ്യൂട്ടി ചെയ്ത് ഒഴിവുസമയങ്ങളിൽ ആരേയും ബുദ്ധിമുട്ടിക്കാതെ ഒഴിഞ്ഞുനിന്ന് പ്രാർത്ഥിക്കുന്ന ഭക്തനാണ് മുകുന്ദൻ. ആ മുകുന്ദനാണ് ഇപ്പോൾ ഗുരുവായൂർ പോലീസ് സ്റ്റേഷനിൽ നിന്നും ട്രാൻസ്ഫർ കിട്ടാൻ തന്റെ മുന്നിൽ അപേക്ഷയുമായി വന്നത്. അതിന്റെ കാരണമാണ് ഭഗവാന് അറിയേണ്ടത്.

അന്ന് അത്താഴപൂജയ്ക്കുശേഷം ഭഗവാൻ വിശ്രമിക്കാൻ പോയില്ല. മുകുന്ദന്റെ വിഷമം പരിഹരിക്കാതെ തനിക്ക് വിശ്രമമില്ല. ഭഗവാൻ തീർച്ചപ്പെടുത്തി.

“എന്തുപറ്റി മുകുന്ദാ? നീ വല്ലാതെ ക്ഷോഭിക്കുന്നു. എന്തിനാണ് നീ എന്റെ അരികിൽനിന്നും പോകുന്നത്? എന്നെ വിട്ടുപോകാൻ

നിനക്ക് കഴിയുമോ?" ശംഖ്ചക്രഗദാധാരിയായ ഭഗവാൻ സൗമ്യ മുഖത്തോടെ ചോദിച്ചു.

"ആയുസ്സുള്ളടത്തോളം കാലം അങ്ങയെ സേവിച്ച് ഇവിടെ കഴിയണമെന്നാണ് എന്റെ ആഗ്രഹം. പക്ഷേ വിശ്രമമില്ലാത്ത ഡ്യൂട്ടിക്കിടയിലും പാവപ്പെട്ട ഭക്തരെ തള്ളിമാറ്റി വി.ഐ.പി.കൾക്കും ഉന്നത ഉദ്യോഗസ്ഥർക്കും ദർശനത്തിനുള്ള സൗകര്യം ഒരുക്കിക്കൊടുക്കുന്ന പ്രവൃത്തി തനിക്ക് വല്ലാത്ത ബുദ്ധിമുട്ട് ഉണ്ടാക്കുന്നു. മാത്രമല്ല, ഉന്നത ഉദ്യോഗസ്ഥന്മാരുടെ ഭാര്യമാരെ തൊഴീക്കാൻ കൊണ്ടുവരുന്നതാണ് വല്ലാത്ത കഠിനം. വഴിപാടുകൾക്ക് ചീട്ടാക്കിയ പണംപോലും തരാതെയാണ് അവർ മടങ്ങുക. നിന്റെ തിരുമുമ്പിൽ ഡ്യൂട്ടിക്കായി നിൽക്കുമ്പോഴും മേലാധികാരികൾ വരുന്നുണ്ടോയെന്ന് ഒളിക്കണ്ണിട്ട് നോക്കേണ്ട ഗതികേടാണ് ഞങ്ങൾക്ക്. നിന്റെ സാന്നിദ്ധ്യത്തിൽ പോലും അവരെ സല്യൂട്ട് ചെയ്യണം. ഇല്ലെങ്കിൽ സല്യൂട്ട് ചെയ്തില്ല എന്നാരോപിച്ച് നടപടിക്കൊരുങ്ങുന്നവരാണ് ഞങ്ങളുടെ മേലാധികാരികൾ." മുകുന്ദൻ പരാതികളുടെ കെട്ടഴിച്ചു.

കഴിഞ്ഞ ദിവസം ഒരു ഉന്നതന്റെ ഭാര്യയ്ക്ക് അല്ലലില്ലാതെ ദർശനം നടത്തണം. അവരെ കൊണ്ടുനടന്ന് തൊഴീക്കാൻ മുകളിൽ നിന്നും ഉത്തരവ് വന്നു. ആ ഡ്യൂട്ടി എനിക്കായിരുന്നു. ഭഗവാന്റെ മുന്നിലും അഹങ്കാരത്തിന് ഒരു കുറവും ഇല്ലാതെയാണ് ആ മഹിളാരത്നം പെരുമാറിയത്. നാലമ്പലത്തിനകത്ത് അവരെ കൂട്ടി ഞാൻ പ്രദക്ഷിണം വെക്കുന്നത് നിർഭാഗ്യവശാൽ എന്റെ അയൽവാസിയായ മറ്റൊരു മഹിളാരത്നം കണ്ടു.

ഞാൻ ഏതോ സ്ത്രീയുമായി ശൃംഗരിക്കുന്നതായി അയൽവാസി മഹിളാരത്നം ഉച്ചനേരത്തെ പരദൂഷണകമ്മിറ്റിയിൽ അവതരിപ്പിച്ചു. പരസ്പരം പേൻനോക്കിക്കൊണ്ടിരുന്ന കമ്മിറ്റിയംഗങ്ങൾ നുള്ളിയെടുത്ത പേനിനെ നഖത്തിലമർത്തിക്കൊന്ന് ആ വാർത്ത അംഗീകരിച്ചു. നാവ് നാട്ടുകാരുടേതാണല്ലോ. അത് കെട്ടിയിടാൻ പറ്റുമോ? സംഗതി നാട്ടിൽ പാട്ടായി. ആ വാർത്ത വീട്ടിലെ പടി കടന്ന് എന്റെ സ്വന്തം മഹിളാരത്നത്തിന്റെ ചെവിയിലെ കർണ്ണപടത്തിൽ ചെന്നിടിച്ചു. പിന്നെ പറയാനുണ്ടോ ഭഗവാനേ. അവളുടെ കണ്ണിൽകൂടിയും മൂക്കിൽകൂടിയും മുക്കലും മൂളലും പുറത്തുചാടി.

"എന്നെയോ മക്കളെയോ തൊഴീക്കാൻ നിങ്ങൾക്ക് നേരമില്ല. വല്ലവന്റെയും പെണ്ണുങ്ങളെ തൊഴീക്കാൻ എന്താ ഉത്സാഹം." കെട്ടിവെച്ച മുടി അഴിച്ചിട്ട് അവൾ ശിവതാണ്ഡവമാടുന്നപോലെ ആടി. അവളുടെ മുടിയിൽ കുടുങ്ങിക്കിടന്നിരുന്ന തുളസിയില പേടിച്ച് പുറത്തേക്ക് ചാടി ജീവനുംകൊണ്ട് പറന്നു.

വാക്കുകളും ആക്രോശങ്ങളും ഇപ്പോഴും വണ്ടുമൂളുന്നപോലെ മൂളിക്കൊണ്ടിരിക്കുന്നു. കുറ്റമില്ലാത്ത രക്തം കാണിച്ചുകൊടുക്കാൻ എനിക്ക് ഇപ്പോഴും കഴിഞ്ഞിട്ടില്ല. അതുകൊണ്ട് പാവപ്പെട്ട ഭക്തരുടെയും സ്വന്തം മഹിളാരത്നത്തിന്റെയും ശാപം ഏറ്റുവാങ്ങി മേലാളന്മാരെയും അവരുടെ കുടുംബത്തേയും തൊഴീക്കുന്ന ഈ ഡ്യൂട്ടിയിൽനിന്നും എനിക്ക് രക്ഷപ്പെടണം. മുകുന്ദൻപോലീസ് യാതൊരു വിട്ടുവീഴ്ചയുമില്ലാതെ വാശിയോടെ ആവശ്യപ്പെട്ടു.

മുകുന്ദന്റെ പരാതിയും സങ്കടവും കേട്ട് ഭഗവാൻ വീണ്ടും പൊട്ടിച്ചിരിച്ചു.

“വെറുതെ കിടന്ന് ചിരിക്കരുത്, എന്റെ വായിൽനിന്നും വല്ലതും കേൾക്കും.” മുകുന്ദൻ ചൂടായി.

“ക്ഷോഭിക്കല്ലേ മുകുന്ദാ. നിങ്ങൾ ഈ പോലീസുകാർക്കുള്ള സ്വഭാവമാണിത്. എന്തെങ്കിലും കേൾക്കുമ്പോഴേക്കും ചൂടാവും.” ഭഗവാൻ ചെറുചിരിയോടെ പറഞ്ഞു.

പുഞ്ചിരിക്കുന്ന മുഖത്തോടെ ഭഗവാൻ മുകുന്ദനെ നോക്കി.

“മുകുന്ദാ, നിന്നെ നാം ശ്രദ്ധിക്കാൻ തുടങ്ങിയിട്ട് കാലങ്ങളായി. നിന്റെ സേവനത്തിൽ നാം തൃപ്തനുമാണ്. നീ എന്ത് ആവശ്യപ്പെട്ടാലും നാം അത് ഉപേക്ഷിക്കില്ല. പക്ഷേ എന്തൊക്കെ ബുദ്ധിമുട്ടുകൾ വന്നാലും അതൊക്കെ നല്ലതിനാണെന്ന് ചിന്തിക്കണം. എന്നാൽ പണവും സ്വാധീനവും അധികാരവും ഉപയോഗിച്ച് എന്നെ ദർശിക്കുവാൻ വരുന്നവരെ ഞാൻ കടാക്ഷിക്കാറില്ല. ഗതികേടുകൊണ്ട് അവരുടെ കൂടെ വരേണ്ടിവരുന്ന നിന്നെപ്പോലുള്ളവരുടെ സേവനവും ഞാൻ കാണുന്നുണ്ട്. വി.ഐ.പികളായി വരുന്നവർക്ക് എന്റെ അനുഗ്രഹം ലഭിക്കില്ല. അവർക്ക് ലഭിക്കേണ്ട എല്ലാ ഐശ്വര്യവും നിന്നെപ്പോലുള്ളവരിൽ അലിയും. സമാധാനമായി വിശ്രമിക്കൂ മുകുന്ദാ.” ചെറുചിരിയോടെ പറഞ്ഞ് ഭഗവാൻ അപ്രത്യക്ഷനായി.

ഇതുവരെ താൻ തൊഴീച്ച സകല വി.ഐ.പി.കളും വിഡ്ഢികളായല്ലോ എന്ന ആഹ്ലാദത്താൽ മുകുന്ദൻപോലീസ് ഉറക്കെ പൊട്ടിപൊട്ടിച്ചിരിച്ചു.

“ഒന്ന് മിണ്ടാതെ കിടക്കടാ മുകുന്ദാ.” തൊട്ടടുത്ത് വിശ്രമിക്കുന്ന മറ്റൊരു പോലീസുകാരന്റെ ആക്രോശം കേട്ടപ്പോഴാണ് മുകുന്ദൻ ഞെട്ടിയുണർന്നത്.

സ്വപ്നത്തിലാണെങ്കിലും ഭഗവാനെ ദർശിക്കാൻ കഴിഞ്ഞ സംതൃപ്തി മുകുന്ദന്റെ മുഖത്ത് നിറഞ്ഞുനിന്നു. പിന്നെ വാകച്ചാർത്ത് ഡ്യൂട്ടിക്കായി പുലർച്ചെ മൂന്നുമണിക്കുതന്നെ മുകുന്ദൻ ക്ഷേത്രനടയിൽ എത്തി.

■

ഗോവിന്ദേട്ടന്റെ കോഴി

കിഴക്ക് ഉദിക്കുന്ന സൂര്യനും തിരഞ്ഞെടുപ്പിൽ മത്സരിക്കുന്ന സ്ഥാനാർത്ഥിയും ഒരേപോലെയാണ് പല്ലിളിക്കുന്നത്. പക്ഷേ ഒരാൾ കാര്യസാധ്യതയ്ക്കും മറ്റൊരാൾ സ്വന്തം കർത്തവ്യത്തിനുമാണ്. അത് അങ്ങകലെ ഇന്ദ്രപുരിയിലായാലും അനന്തപത്മനാഭന്റെ നാട്ടിലായാലും കുഴിപ്പിലശ്ശേരി ഗ്രാമത്തിലായാലും യാതൊരു മാറ്റവുമില്ല. മാറ്റങ്ങൾ രാഷ്ട്രീയക്കാരന് മാത്രമല്ലേയുള്ളൂ. മറ്റൊരുവന്റെ പോക്കറ്റിലെ പണം സ്വന്തം ഉദരം നിറയ്ക്കാനായി എങ്ങനെ ഉപയോഗിക്കണം എന്ന ബുദ്ധി ഉന്നതബിരുദമായ എം.ബി.എ. പഠിക്കാതെതന്നെ രാഷ്ട്രീയക്കാരന് അറിയാം.

മൂന്നു പതിറ്റാണ്ട് മുൻപ് നിഷ്കളങ്കരായ നല്ല അയൽവാസികളെ ചത്ത കോഴിയുടെ പേരിൽ ശത്രുക്കളാക്കിയത് ഈ രാഷ്ട്രീയക്കാരാണ്. ഗോവിന്ദേട്ടന്റെ കോഴി ചത്തതല്ലെന്നും കൊന്നതാണെന്നും ഒരു കൂട്ടർ ആരോപിച്ചു. കൊന്നതാണെങ്കിൽ അത് ഞങ്ങളുടെ കഴിവായി കണ്ടോളാൻ മറ്റൊരു കൂട്ടർ വെല്ലുവിളിച്ചു.

ചെങ്കൊടിക്കാരനായ തെക്കേലെ ദിവാകരനാണ് കോഴിയെ കൊന്നതെന്ന് മൂവർണക്കൊടിക്കാരനായ നേതാവ് അപ്പുട്ടേട്ടൻ വിളിച്ചുപറഞ്ഞു. വിളിച്ചുപറയുക മാത്രമല്ല മോങ്ങാനിരുന്ന ഗോവിന്ദേട്ടന്റെ ഭാര്യ തങ്കമണിയുടെ തലയ്ക്കുള്ളിലേക്ക് അത് കുത്തിക്കേറ്റുകയും ചെയ്തു. ഗോവിന്ദേട്ടനേക്കാൾ വിശ്വാസമാണ് തങ്കമണിക്ക് നേതാവ് അപ്പുട്ടേട്ടനെ. അവർ തമ്മിലുള്ള ഇരുപ്പുവശം വെച്ച് തങ്കമണിക്ക് അപ്പുട്ടേട്ടനെ അവിശ്വസിക്കേണ്ട കാര്യവുമില്ലല്ലോ.

പണിമാറ്റി വന്ന ഗോവിന്ദേട്ടന് കുടിക്കാൻ ഇത്തിരി കഞ്ഞിവെള്ളം കൊടുക്കുന്നതിനുമുന്നേ തങ്കമണി ഈ വിവരം ഗോവിന്ദേട്ടന്റെ ചെവിക്കുള്ളിലേക്ക് കുത്തിക്കേറ്റി. പക്ഷേ ഗോവിന്ദേട്ടന് അത് വിശ്വാസമായില്ല.

"നീ കണ്ടോ ദിവാകരൻ കൊല്ലുന്നത്?"

“എന്തിനാ കാണുന്നത്? അവൻ ചെങ്കൊടിക്കാരനല്ലേ? ചെങ്കൊടിക്കാർ ആരെയും കൊല്ലുമെന്ന് അപ്പുട്ടേട്ടനാ പറഞ്ഞത്.”

“അവൻ എന്തിനാ നമ്മുടെ കോഴിയെ കൊല്ലുന്നത്?”

“നമ്മൾ അപ്പുട്ടേട്ടന്റെ പാർട്ടിക്കാരല്ലേ.” തങ്കമണി ആവേശത്തോടെ പറഞ്ഞു.

“ആരു പറഞ്ഞു നമ്മൾ അപ്പുട്ടേട്ടന്റെ പാർട്ടിക്കാരാണെന്ന്?” ഗോവിന്ദേട്ടന് ആശ്ചര്യം.

“അത് അപ്പുട്ടേട്ടൻതന്നെ പറഞ്ഞിട്ടുണ്ട്. അപ്പുട്ടേട്ടൻ വല്യനേതാവാണ്. പോലീസ്സ്റ്റേഷനിലേക്കുപോലും പേടിക്കാതെ കയറിച്ചെല്ലാൻ ധൈര്യമുള്ളയാളാണ്.” തങ്കമണിക്ക് അപ്പുട്ടേട്ടനെക്കുറിച്ചു പറയുമ്പോൾ 99 നാവാണ്.

“അതിനിപ്പോ ഞാനെന്താ വേണ്ടത്?” ഗോവിന്ദേട്ടൻ അല്പം നീരസത്തോടെ ചോദിച്ചു. സ്വന്തം ഭാര്യ മറ്റൊരു പുരുഷനെ പുകഴ്ത്തി പറയുന്നത് ഒരു ഭർത്താവിനും ഇഷ്ടപ്പെടില്ലല്ലോ.

“നാളെ പോലീസ്സ്റ്റേഷനിൽ പോയി പരാതി കൊടുക്കണമെന്നും അപ്പുട്ടേട്ടൻ കൂടെ വരാമെന്നും പറഞ്ഞിട്ടുണ്ട്.” തങ്കമണി വിടാൻ ഭാവമില്ല.

“അതിന്റെ വല്ല ആവശ്യമുണ്ടോ തങ്കമണി? നമ്മക്കറിയില്ലല്ലോ കോഴി എങ്ങനെയാണ് ചത്തതെന്ന്.” ഗോവിന്ദേട്ടൻ തീരെ താൽപര്യമില്ലാതെ ചോദിച്ചു.

“ഇതാപ്പോ നന്നായെ! അല്ലാ... അപ്പുട്ടേട്ടൻ പറഞ്ഞാ എങ്ങന്യാ പറ്റില്ലാന്ന് പറയാ?” തങ്കമണിക്ക് അപ്പുട്ടേട്ടന്റെ വാക്കുകളെ ധിക്കരിക്കാൻ കഴിയില്ല. അവരു തമ്മിലുള്ള ഇരുപ്പുവശം അങ്ങനെയാണെന്ന് നേരത്തെ പറഞ്ഞുവല്ലോ.

ഗോവിന്ദേട്ടന്റെ കോഴിയെ ഇനി സാധാരണ കോഴിയായി കാണാൻ പറ്റുമോ? പറ്റില്ലെന്നാണ് മൂവർണ്ണക്കൊടിയുടെ പ്രാദേശിക പ്രവർത്തകർ പറയുന്നത്. ഉണ്ണുമ്പോഴും ഉറങ്ങുമ്പോഴും മുഷ്ടിചുരുട്ടിയ കൈയും ചെങ്കൊടിയുമായി സദാസമയം കഴിയുന്ന ദിവാകരൻ കോഴിയെ കൊല്ലുമ്പോഴാണ് കോഴിക്ക് ഒരു രക്തസാക്ഷിയുടെ പരിവേഷം ആ നാട്ടിൽ കിട്ടുക. അങ്ങനെ ആ കോഴി മൂവർണ്ണക്കൊടിയുടെ കീഴിലുള്ള വെള്ളരിപ്രാവായി.

ഇപ്പോഴും പുലർച്ചെ കോഴി കൂകി ഗ്രാമവാസികളെ ഉണർത്താറുള്ള അപൂർവ്വം ഗ്രാമങ്ങളിലൊന്നാണ് കുഴിപ്പിലശ്ശേരി ഗ്രാമം. മൂന്നര പതിറ്റാണ്ടുകൾക്കു മുൻപ് ബസ് സൗകര്യവും ഫോൺസൗകര്യവും തീരെയില്ലാത്ത കാലം. രാഷ്ട്രീയപാർട്ടിക്കാരുടെ കൊടിക്കാലുകൾ

ഉണ്ടെങ്കിലും നാട്ടുകാർക്കിടയിൽ വലിയ രാഷ്ട്രീയ അതിപ്രസര മൊന്നുമില്ല. തിരഞ്ഞെടുപ്പ് വരുമ്പോൾ മാത്രം വോട്ട് ചെയ്യാൻ പോകും. അന്ന് ആരും അവിടെ പണിക്ക് പോകില്ല. കവലയിലെ കടവരാന്തയിൽ പള്ളിപ്പെരുന്നാളിന് കൊണ്ടുവന്ന പെട്രോമാക്സ് നിരത്തിവെച്ചപ്പോലെ ആണുങ്ങള് കുന്തിച്ചിരുന്ന് കാജാബീഡി ആഞ്ഞുവലിക്കും. തിരഞ്ഞെടുപ്പു ഡ്യൂട്ടിക്കായി ഇടയ്ക്കിടെ വരുന്ന പോലീസ്ജീപ്പ് അവർ കൗതുകത്തോടെ നോക്കും. ജീപ്പ് കവലയിൽ നിർത്തിയാൽ അവർ എഴുന്നേറ്റ് നിൽക്കും. ബഹുമാനംകൊണ്ടല്ല. ഓടണമെങ്കിൽ ഓടാം എന്ന ഉദ്ദേശ്യത്തോടെ മാത്രം. മറ്റ് ഏത് വാഹനം വന്നാലും എന്തിനു പറയുന്നു, കളക്ടറുടെ കാറ് വന്നാലും അവർ എഴുന്നേൽക്കില്ല. പെണ്ണുങ്ങളാണെങ്കിൽ ഒന്നരമുണ്ടിന് മുകളിൽ മല്ലുമുണ്ടും ജാക്കറ്റും ധരിച്ച് വേലിക്കരികിൽ വന്ന് റോഡി ലേക്ക് നോക്കും. കുതിച്ചുനിൽക്കുന്ന തന്റെ മാറിന്റെ ഭംഗി ആരും ആസ്വദിക്കണ്ടായെന്ന ധാർഷ്ട്യത്തോടെ മുണ്ടിന്റെ തല ജാക്കറ്റിൽ തിരുകും. സ്ഥാനാർത്ഥി ആരാണെന്ന് അവർ അന്വേഷിക്കാറില്ല. അത് അവർക്ക് അറിയുകയും വേണ്ട. ഞാൻ അരിവാളിനാണ് കുത്തിയതെന്ന് ചിലർ പറയുമ്പോൾ ഞാൻ കൈപ്പത്തിക്കാണ് കുത്തിയതെന്ന് മറ്റു ചിലർ പറയും. താമരയാണെങ്കിൽ അന്ന് വേരു പിടിച്ചിട്ടില്ല.

നര കലർന്ന മുടിയും മീശയും 55 വയസ്സ് പ്രായവുമുള്ള ഗോവി ന്ദേട്ടനെ കണ്ടാൽ പ്രാരബ്ധങ്ങളിലൂടെ ഒഴുകുന്ന മനുഷ്യക്കോലം. ഗോവിന്ദേട്ടനേക്കാൾ 15 വയസ്സ് പ്രായം കുറവുള്ള തങ്കമണിയുടെ ശരീരഘടന ആരേയും ആകർഷിക്കുന്നതാണ്.

നല്ല അയൽവാസികളായിരുന്ന ഇരുവരും കോഴി ചത്തതോടെ അകന്നു. പക്ഷേ ഗോവിന്ദേട്ടന്റെ മകൻ രവിയും ദിവാകരന്റെ മകൾ ബിന്ദുവും ഇടയ്ക്കിടെ കണ്ണുകളിലൂടെ വർത്തമാനം പറയാറുണ്ട്. മാത്രമല്ല അരിവാളിന്റെയുള്ളിലെ ചുറ്റികയെപ്പോലെ ബിന്ദുവിനെ രവി ഇടയ്ക്കിടെ തന്റെ കരവലയത്തിൽ ചേർത്ത് നിർത്താറുമുണ്ട്.

മുണ്ടും ജാക്കറ്റും ധരിച്ച ഗോവിന്ദേട്ടന്റെ ഭാര്യ തങ്കമണി അതി രാവിലെതന്നെ ഇടതുകൈയിൽ ഉമിക്കരിയും ഈർക്കിലിയുമായി അറക്കവാളുകൊണ്ട് മരം അറക്കുന്നപോലെ പല്ല് തേയ്ക്കുകയാ യിരുന്നു. അപ്പോഴാണ് തെക്കേലെ ദിവാകരന്റെ ഭാര്യയും തന്നേ ക്കാൾ പ്രായക്കുറവുള്ളവളുമായ മല്ലിക മാക്സി ധരിച്ച് നിതംബം വെട്ടിച്ചുവെട്ടിച്ച് കിണറ്റിൽനിന്നും വെള്ളം കോരുന്നത്. അവളുടെ ചന്തികുലുക്കിയുള്ള വെള്ളംകോരലും നടപ്പും കണ്ട് അരിശംപൂണ്ട തങ്കമണി വായുടെ ഇരുകോണിലൂടെ ഒലിച്ചിറങ്ങിയ ഉമിക്കരി യുമായി ചെന്ന് വരാന്തയിൽ കിടന്നുറങ്ങുന്ന ഗോവിന്ദേട്ടനെ

ശാസിച്ചുണർത്തി. സ്വപ്നത്തിലൂടെ ഒഴുകുന്ന ഗോവിന്ദേട്ടൻ ഉമിക്കരി കലർന്ന തുപ്പൽ മുഖത്തു വീണപ്പോൾ ഞെട്ടിയുണർന്നു.

"ദേ... നിങ്ങൾ എഴുന്നേൽക്കിണില്ലെ? അപ്പുട്ടേട്ടനേയും കൂട്ടി പോലീസ് സ്റ്റേഷനിലേക്ക് പോകണ്ടേ?" ഇരുകോണിലൂടെ ഒലിച്ചിറങ്ങിയ ഉമിക്കരിയുമായി കലിയിറങ്ങാത്ത വെളിച്ചപ്പാടിനെപ്പോലെ നിൽക്കുന്ന തങ്കമണിയെ കണ്ട് സത്യത്തിൽ ഗോവിന്ദേട്ടൻ പകച്ചുപോയി.

"തങ്കമണീ, ഞാൻ ആലോചിക്കാ. എന്തിനാ നമ്മൾ വെറുതെ പോലീസ് സ്റ്റേഷനിലേക്കും കോടതിയിലേക്കും പോണത്? ദിവാകരൻ നമുക്ക് അത്ര ശത്രുവൊന്നുമല്ലല്ലോ?"

"നിങ്ങൾ രണ്ടുതരം വർത്തമാനം പറയരുത്. നമ്മുടെ കോഴി ചത്തപ്പോൾ അവന്റെ ഭാര്യയുടെ പുച്ഛം കണ്ടപ്പഴേ എനിക്ക് അടീന്ന് ചൊറിഞ്ഞുവന്നതാ. എന്താ, ആ മൂശേട്ടയുടെ ആടിക്കുഴഞ്ഞ ചിരി കണ്ടപ്പോ നിങ്ങള് അതില് മയങ്ങിയോ? തങ്കമണിയുടെ രൂക്ഷമായ വാക്കും കത്തിയുടെ മുനപോലെയുള്ള നോട്ടവും കണ്ടപ്പോൾ ഗോവിന്ദേട്ടന് രാവിലത്തെ ഒന്നും രണ്ടും നടത്താനുള്ള അടിയന്തിര വിളി വന്നു.

റപ്പായിയുടെ കാറിലാണ് പോലീസ്സ്റ്റേഷനിലേക്ക് പോകുന്നത്. മുന്നിൽ തൂവെള്ള ഖദർ ധരിച്ച അപ്പുട്ടേട്ടൻ. പുറകിലെ സീറ്റിൽ നീലം മുക്കാത്ത ഖദർ ധരിച്ച രണ്ടു ശിങ്കിടികൾ. അവർക്കിടയിൽ ലുങ്കിയും മകന്റെ ഷർട്ടും ധരിച്ച ഗോവിന്ദേട്ടനും. കാറ് ഭരണിക്കാവ് ജംഗ്ഷൻ കഴിഞ്ഞപ്പോൾ അപ്പുട്ടേട്ടൻ തിരിഞ്ഞുനോക്കി.

"ശശ്യേ, ഭക്ഷണം കഴിക്കണ്ടേ?"

"വേണം അപ്പുട്ടേട്ടാ." ശിങ്കിടികളായ ശശിയും മണികണ്ഠനും ഒരുമിച്ച് ആവേശത്തോടെ പറഞ്ഞു.

"എറപ്പായേ, നീ ആ വേണൂന്റെ ഹോട്ടലിന് മുന്നിൽ നിർത്ത്." അപ്പുട്ടേട്ടൻ ഉത്തരവിട്ടു.

ഗോവിന്ദേട്ടനൊഴികെ എല്ലാവരും ആർത്തിയോടെ ഇഡ്ഡലിയും വടയും മാറിമാറി കഴിച്ചു. ഗജകേസരിയോഗത്തിലെ ഇന്നസെന്റിനെപ്പോലെ ഗോവിന്ദേട്ടൻ താടിക്ക് കൈകൊടുത്തിരുന്നു. ഒപ്പം വില വിവരപട്ടികയിൽ ഒളിക്കണ്ണിട്ടുനോക്കി. അവർ കഴിക്കുന്ന ഭക്ഷണത്തിന്റെ വില കണക്കുകൂട്ടാൻ ഗോവിന്ദേട്ടന് കൈവിരലുകൾ തികയാതെ വന്നു.

ഹോട്ടലിന്റെ മുന്നിൽ ഒരു ചൊക്ലിപ്പട്ടി എന്തെങ്കിലും കിട്ടുമെന്ന പ്രതീക്ഷയോടെ അപ്പുട്ടേട്ടനെയും കൂട്ടരെയും നോക്കി വാലാട്ടി

നിൽക്കുന്നുണ്ട്. വാഗ്ദാനം പാലിക്കാത്ത രാഷ്ട്രീയക്കാരാണ് കഴിക്കുന്നതെന്ന് അവന് അറിയില്ലായിരുന്നു. പ്രതീക്ഷ നഷ്ടപ്പെട്ടപ്പോൾ തിരഞ്ഞെടുപ്പിൽ തോറ്റ സ്ഥാനാർത്ഥിയെപ്പോലെ നിരാശനായി വെണ്ണീറ്റുകുണ്ടിൽപോയി കിടന്നു.

കാറിലിരുന്ന് എല്ലാവരും ഇഡ്ഡലിയുടെയും വടയുടെയും ഗുണനിലവാരം വർണ്ണിക്കുമ്പോഴും പോക്കറ്റിന്റെ കനം കുറഞ്ഞ നിരാശയിൽ ഒരു പഴന്തുണിക്കെട്ടുപോലെ ഗോവിന്ദേട്ടൻ ഒതുങ്ങിയിരുന്നു.

കാർ പോലീസ്സ്റ്റേഷന് മുന്നിൽ നിന്നു. അപ്പുട്ടേട്ടൻ മുന്നിലും ശിങ്കിടികൾ പുറകിലുമായി സ്റ്റേഷനിലേക്ക് നീങ്ങി. ഏറ്റവും പുറകിൽ അന്ധാളിപ്പോടെ ഗോവിന്ദേട്ടനും.

പാറാവുകാരന്റെ തുറിച്ച നോട്ടവും ഉം... എന്ന ചോദ്യവും കേട്ടപ്പോൾ ഗോവിന്ദേട്ടന്റെ ഉള്ളൊന്നു കാളി. വലതുകാൽ വെച്ച് കയറാനായി താഴോട്ട് ഒളിക്കണ്ണിട്ടു നോക്കി വലതുകാൽ തനിക്ക് സ്വന്തമായി ഉണ്ടെന്ന് ഉറപ്പുവരുത്തി.

“സി.ഐ.യെ കാണണം. ഒരു പരാതിയുണ്ട്.” അപ്പുട്ടേട്ടൻ ഗൗരവം ഒട്ടും കുറയ്ക്കാതെ പറഞ്ഞു.

നീർക്കോലി കടിച്ചാലും അത്താഴം മുടങ്ങുമെന്ന് അറിയാമായിരുന്ന പാറാവുകാരൻ ബീഡിക്കറവന്ന പല്ലുകാണിച്ച് ചിരിക്കുക മാത്രമേ ചെയ്തുള്ളൂ.

സി.ഐയുടെ മുന്നിൽ പരിചയക്കാരനെപ്പോലെ പെരുമാറുന്ന അപ്പുട്ടേട്ടനെ കണ്ട് ഗോവിന്ദേട്ടനും ശിങ്കിടികൾക്കും കോരിത്തരിപ്പും വായിൽ ഉമിനീരും കിനിഞ്ഞുകൂടി.

ചെങ്കൊടിക്കാരനായ ദിവാകരൻ ഞങ്ങളുടെ പ്രവർത്തകൻ ഗോവിന്ദന്റെ കോഴിയെ നിഷ്ഠൂരമായി കൊലപ്പെടുത്തിയെന്നും ഗോവിന്ദന്റെ മറ്റു കോഴികളുടെ ജീവന് ഇപ്പോഴും ഭീക്ഷണിയുണ്ടെന്നും പറ്റുമെങ്കിൽ ഒരു പോലീസ്പിക്കറ്റ് തന്നെ ഏർപ്പെടുത്തണമെന്നും അപ്പുട്ടേട്ടൻ ആവശ്യപ്പെട്ടു.

മേശപ്പുറത്തുള്ള ഞെക്കുമണിയിൽ സി.ഐ. കൂട്ടമണിയടിച്ചു.

സാാർ....! എന്ന് കൂട്ടമണിക്കുള്ള മറുപടികൊടുത്ത് മുകുന്ദൻ പോലീസ് ഹാഫ്ഡോർ തള്ളിതുറന്നുവന്ന് ഏമാനെ സല്യൂട്ട് ചെയ്തു.

“ടോ മുകുന്ദാ... ഈ പരാതി അന്വേഷിച്ച് ഇരുകക്ഷികളോടും ഇവിടെ വരാൻ പറ.” സി.ഐ. ഉത്തരവിട്ടു.

“ഇനി നമുക്ക് ഊണ് കഴിച്ചുപോകാം.” മടക്കയാത്രയിൽ അപ്പുട്ടേട്ടൻ വീണ്ടും ഉത്തരവിട്ടു.

ചന്തിയിൽ തേൾ കുത്തിയപോലെ ഗോവിന്ദേട്ടനൊന്ന് ഞെട്ടി. ഭഗവാനേ... എന്ന് വിളിച്ച് ഡ്രോയറിന്റെ പോക്കറ്റിലൊന്ന് തപ്പി നോക്കി. ഗോവിന്ദേട്ടന്റെ ഉള്ളൊന്നു കാളി. ആദ്യമായി ഹർത്താലി നായി കൊതിച്ചു. ഹോട്ടലുകൾ അടച്ചിടുന്ന ഹർത്താൽ എത്ര മനോ ഹരമാണെന്ന് അയാൾക്ക് തോന്നി.

അപ്പുട്ടേട്ടനും ശിങ്കിടികളും ആവേശത്തോടെ മൃഷ്ടാന്നഭോജനം നടത്തിക്കൊണ്ടിരുന്നു. വയറിന് സുഖമില്ലെന്ന് കളവുപറഞ്ഞ് ഗോവി ന്ദേട്ടൻ ഇടത് കൈപ്പത്തി വലത്തെ തോളിലും വലത് കൈപ്പത്തി ഇടത് തോളിലും വെച്ച് നെഞ്ചത്ത് കൈത്തണ്ടക്കൊണ്ട് ഗുണന ചിഹ്നം വരുത്തി ഭാര്യ തങ്കമണിയെ പ്രാകിയിരുന്നു.

നേതാവിനേയും ശിങ്കിടികളേയും അവരവരുടെ വീട്ടിൽ കൊണ്ടാക്കി കാർ വാടക റപ്പായിയോട് കടവും പറഞ്ഞ് സ്വന്തം വീട്ടിൽ മടങ്ങിയെത്തിയ ഗോവിന്ദേട്ടൻ ഉമ്മറത്തെ തൂണിൽ ചാരി യിരുന്നു. ഇന്നത്തെ ചെലവുകൾ കണക്കുകൂട്ടി മുണ്ടിനടിയിലെ ഡ്രോയറിന്റെ പോക്കറ്റിൽ കൈയിട്ടു നോക്കിയപ്പോൾ അവശേഷിച്ച ചില്ലറത്തുട്ടുകളിൽ മാത്രം കൈമുട്ടി. ഗോവിന്ദേട്ടന്റെ കക്ഷത്തിൽ വിയർപ്പും നെഞ്ചിലൊരു നീറ്റലും അനുഭവപ്പെട്ടു.

വൈകി മൂന്നു മണിയായിട്ടും സൂര്യന്റെ ശൂരതയ്ക്ക് ഒരു കുറവും വന്നിട്ടില്ല. ഗോവിന്ദേട്ടന്റെ പരാതിയുമായി മുകുന്ദൻപോലീസ് ഭരണി ക്കാവിൽ ബസ്സിറങ്ങി. നാലുവശത്തേക്കും ഒന്നു നോക്കി. റോഡിന്റെ മറുതലയ്ക്കൽ നിന്നിരുന്നയാൾ മുകുന്ദനെ രൂക്ഷമായി നോക്കി. പിന്നെ ഒഴിഞ്ഞുമാറിപ്പോയി. എപ്പോഴോ എന്തോ പെറ്റിക്കേസിന് വിധേയനായ വ്യക്തിയാണെന്ന് അയാളുടെ ശരീരഭാഷയിൽ നിന്നും മുകുന്ദന് മനസ്സിലായി. തൊട്ടടുത്തെ പലചരക്ക് കച്ചവടക്കാരൻ കടിച്ചുപിടിച്ച് വലിച്ചുകൊണ്ടിരുന്ന ബീഡി തുപ്പികളഞ്ഞ് എന്തോ പിറുപിറുക്കുന്നുണ്ട്.

കുഴിപ്പിലശ്ശേരിക്ക് ഇപ്പോഴൊന്നും ബസ്സില്ലെന്നും വൈകീട്ട് അഞ്ചരയ്ക്കാണെന്നും അറിഞ്ഞപ്പോൾ പാരമ്പര്യമായി കൈവശ മാക്കിയ പോലീസ്ഭാഷ വായിൽനിന്നും ഉതിർന്നുവീണു. മറ്റുള്ള വരുടെ വണ്ടിയിൽ കയറിക്കൂടാൻ ശ്രമിച്ചപ്പോൾ അവരെല്ലാം പരി ഗണിക്കാതെ കടന്നുപോയി. തനിക്ക് ഒരു പോലീസുകാരന്റെ ശൗര്യം ഇല്ലാത്തതിനാലാണോ തന്നെ ആരും ഗൗനിക്കാത്തതെന്ന ഒരു തോന്നൽ അയാളെ അലട്ടി. സ്വന്തം ശരീരത്തിലേക്കും മസിലി ലേക്കും ഒളികണ്ണിട്ടു നോക്കി. പിന്നെ ഉള്ള നെഞ്ചും ഇല്ലാത്ത മസിലും പെരുപ്പിച്ചു നിന്നു.

കുഴിപ്പിലശ്ശേരിയിലേക്ക് രണ്ടു കിലോമീറ്റർ ദൂരമുണ്ട്. ഓട്ടോ വിളിച്ചു പോയാൽ പരാതിക്കാരനോ എതിർകക്ഷിയോ പരിഗണിച്ചില്ലെങ്കിൽ തന്റെ പോക്കറ്റ് കാലിയാകുമെന്നും ആ പൈസയ്ക്ക് ചാന്തോ കൺമഷിയോ വാങ്ങി സ്വന്തം ഭാര്യയ്ക്ക് കൊടുത്ത് അവൾക്ക് തന്നോടുള്ള പ്രേമത്തിന്റെ അളവ് കൂട്ടുന്നതല്ലെ നല്ലതെന്ന് അയാൾ തിരിച്ചറിഞ്ഞു. വഴിനീളെ പരാതിക്കാരനേയും എതിർകക്ഷിയേയും പ്രാകി മുകുന്ദൻപോലീസിന്റെ ഒന്നാം കുഴിപ്പിലിശ്ശേരി യാത്ര തുടങ്ങിയത് അങ്ങനെയാണ്.

പരാതിക്കാരനായ ഗോവിന്ദേട്ടന്റെ വീട്ടിലെത്തി കാര്യങ്ങൾ അന്വേഷിച്ചു. ഗോവിന്ദേട്ടന്റെ ഭാര്യ തങ്കമണിയാണ് ചോദിച്ചതിനും ചോദിക്കാത്തതിനും മറുപടി പറയുന്നത്. സൂര്യനില്ലാത്ത ആകാശം പോലെ ഗോവിന്ദേട്ടന്റെ മുഖം മങ്ങിയിരുന്നു. നാളെ വരുവാൻ നിർദ്ദേശിച്ച് എതിർകക്ഷിയുടെ വീട്ടിലേക്ക് നീങ്ങി.

ചത്ത കോഴിയുടെ ഘാതകനെ അന്വേഷിച്ച് പോലീസുകാരൻ വരുന്നതറിഞ്ഞ് ദിവാകരന്റെ ഭാര്യ മല്ലിക ഉടൻ വെള്ളസാരിയും ചുവന്ന ബ്ലൗസും ധരിച്ച് നിരവധി നിരവധി ചോരച്ചാലുകൾ നീന്തിക്കയറിയ വിപ്ലവപ്രസ്ഥാനത്തിലെ ധീരവനിതയായി നിവർന്നു നിന്നു.

മുകുന്ദൻപോലീസിന്റെ ചോദ്യങ്ങൾക്കെല്ലാം മണിമണിയായി മറുപടി നൽകി. മാത്രമല്ല ഗോവിന്ദേട്ടന് ഒരു അപ്പുട്ടേട്ടൻ എന്ന നേതാവ് ഉണ്ടെങ്കിൽ ഞങ്ങൾക്ക് വെടിയുണ്ടകൾക്ക് വിരിമാറ് കാണിച്ച നിരവധി നിരവധി സഖാക്കളുണ്ടെന്നും പ്രഖ്യാപിച്ചു.

മല്ലികയുടെ ആവേശം കണ്ട് മുകുന്ദൻപോലീസ് മല്ലികയെ പുഞ്ചിരിയോടെ അടിമുടി ഉഴിഞ്ഞുനോക്കി. കരിമഷിയെഴുതിയ കണ്ണുകൾ, എണ്ണമിനുപ്പുള്ള മുഖം, തുടിക്കുന്ന മാറിടം, അയാൾ കാക്കക്കണ്ണോടെ ഒന്നുകൂടി നോക്കി. പിന്നെ ഹൃദ്യമായി ചിരിച്ചു.

പോലീസുകാരന്റെ നോട്ടത്തിലും ചിരിയിലും മല്ലികയുടെ മനം കുളിർത്തു. അവളുടെ ഉടൽ ആകെയിളകി, കൈവളകൾ കൂട്ടിമുട്ടി കിലുങ്ങി, എവിടെനിന്നോ നാണം വന്നു. മല്ലികയുടെ കവിളിൽ ചെങ്കൊടിയുടെ ചുവപ്പുരാശി പരന്നു.

ഇരുകക്ഷികളോടും സ്റ്റേഷനിൽ വരുവാൻ നിർദ്ദേശിച്ച് അയാൾ മടങ്ങി. അവസാനബസ്സും പോയതിനാൽ വയറിനു താഴെ ഫിറ്റു ചെയ്തിരുന്ന സ്വന്തം കാൽതന്നെ മടക്കയാത്രക്കും ഉപയോഗിക്കേണ്ടി വന്നു.

വൈകി പണിമാറ്റിവന്ന ദിവാകരനോട് ഭാര്യ മല്ലിക പോലീസുകാരൻ വന്ന കാര്യം പൊടിപ്പും തൊങ്ങലും വെച്ച് വിശദീകരിച്ചു.

പോലീസുകാരന്റെ ചിരിയിൽ മനസ്സ് പൂത്തുലഞ്ഞ മല്ലിക വന്ന പോലീസുകാരൻ വളരെ മര്യാദക്കാരനാണെന്ന് പറയുമ്പോഴും കവിളിലെ ചുവപ്പുരാശി മാഞ്ഞിരുന്നില്ല.

മനസ്സമാധാനം നഷ്ടപ്പെട്ട ദിവാകരൻ രാത്രിതന്നെ ബ്രാഞ്ച് സെക്രട്ടറി സഖാവ് സുധാകരന്റെ വീട്ടിലെത്തി കാര്യങ്ങൾ വിശദീകരിച്ചു. നാളെ പോലീസ്സ്റ്റേഷനിൽ ഹാജരാകാൻ നിർദ്ദേശിച്ച കാര്യവും പറഞ്ഞു.

"സഖാവ് പേടിക്കണ്ട. നാളെ എനിക്ക് ബ്രാഞ്ച് കമ്മിറ്റിയുണ്ടെങ്കിലും ഞാൻ കൂടെ വരാം. ആ എറപ്പായിയുടെ കാറുവിളിച്ചോ." സഖാവ് നിർദ്ദേശിച്ചു.

കുഴിപ്പിലശ്ശേരിയിൽ ആകെയുള്ള റപ്പായിയുടെ അംബാസിഡർ കാറിൽതന്നെ ദിവാകരൻ സഖാവിനേയുംകൂട്ടി സ്റ്റേഷനിലേക്ക് യാത്രയായി. കാറിലിരുന്ന് സഖാവ് സുധാകരൻ അപ്പുട്ടേട്ടനെ വിമർശിച്ചു. അപ്പുട്ടേട്ടൻ അധികം കളിച്ചാൽ വിഷയം ലോക്കൽ കമ്മിറ്റിയിലും ജില്ലാ കമ്മിറ്റിയിലും അവതരിപ്പിക്കുമെന്ന് വീറോടെ പറഞ്ഞു. തൊഴിലാളിവർഗ്ഗത്തെ കള്ളക്കേസ്സിൽ കുടുക്കുന്ന അപ്പുട്ടേട്ടൻ ബൂർഷാസിയാണെന്നും അധികം കളിച്ചാൽ ഉന്മൂലനസിദ്ധാന്തത്തിനുപോലും മടിക്കില്ലെന്നും മുഷ്ടിചുരുട്ടി കൈകൾ മുകളിലേക്ക് എറിഞ്ഞു പറഞ്ഞു.

ദിവാകരൻ വളരെ ബഹുമാനത്തോടെ വാ പൊളിച്ചു സഖാവ് സുധാകരനെ നോക്കിയിരുന്നു. പണ്ട് തന്റെ കൂടെ കിണറുപണിക്ക് വന്ന സുധ എന്ന സുധാകരൻ എങ്ങനെ ഇത്രയും വല്യ ബുദ്ധിജീവിയായിയെന്ന് ദിവാകരൻ അത്ഭുതപ്പെട്ടു.

ഉച്ചവരെ പോലീസ്സ്റ്റേഷന്റെ വരാന്തയിലും മുറ്റത്തുമായി ദിവാകരൻ സഖാവൊന്നിച്ച് ഇരിക്കുകയും നിൽക്കുകയും കോട്ടുവായിടുകയും ചെയ്തു. പ്രത്യയശാസ്ത്രം, വർഗ്ഗവഞ്ചകൻ, ബൂർഷ, പെറ്റിബൂർഷ തുടങ്ങിയ കടുത്ത വാക്കുകൾ ഉച്ചരിക്കാതിരിക്കാൻ ഇടയ്ക്കിടെ സഖാവിനെ കൂട്ടിക്കൊണ്ടുപോയി കട്ടൻചായയും പരിപ്പുവടയും വാങ്ങിക്കൊടുക്കാൻ ദിവാകരൻ മടികാണിച്ചില്ല.

ഉച്ചയായിട്ടും പരാതിക്കാരനായ ഗോവിന്ദേട്ടൻ ഹാജരായില്ല. മടക്കിവെച്ച ഷർട്ടിന്റെ കൈ ഒന്നുകൂടി ചുരുട്ടിക്കയറ്റി സഖാവ് സുധാകരൻ സി.ഐയുടെ മുറിയിലേക്ക് ഇടിച്ചുകയറി. തന്റെ പാർട്ടിയുടെ പാവപ്പെട്ട സഖാവിന്റെ ഇന്നത്തെ തൊഴിൽ നഷ്ടപ്പെടുത്തിയെന്നും പരാതിക്കാരൻ ഹാജരാകാത്തത് തൊഴിലാളിവർഗ്ഗത്തോടു കാണിക്കുന്ന വഞ്ചനയാണെന്നും സ്വന്തം ഷർട്ടിന്റെ കോളർ പുറകിലേക്ക് വലിച്ചിട്ട് വീറോടെ പറഞ്ഞു.

"മുകുന്ദാ..." സി.ഐ. നീട്ടിവിളിച്ചു.

"സാാാർ..." നീട്ടിവിളിക്ക് മറുവിളി കൊടുത്ത് മുകുന്ദൻപോലീസ് അരവാതിൽ തള്ളിതുറന്ന് അകത്തു കയറി.

"അവര് വന്നില്ലല്ലോ മുകുന്ദാ? താൻ അവരെ അറിയിച്ചില്ലേ?" ഉപകാരസ്മരണയ്ക്കായി ആരോ കൊടുത്ത കശുവണ്ടിപ്പരിപ്പ് കൊറിച്ചുകൊണ്ട് സി.ഐ. ലളിതമായി ചോദിച്ചു.

"ഞാൻ പറഞ്ഞിരുന്നു സാർ. എന്താവോ അവർ വന്നില്ല." മുഖത്ത് ഉറക്കച്ചടവ് ഉണ്ടെങ്കിലും കശുവണ്ടിപ്പരിപ്പിലേക്ക് ആർത്തിയോടെ നോക്കി മുകുന്ദൻപോലീസ് നിഷ്കളങ്കമായി മറുപടി പറഞ്ഞു.

മുകുന്ദന്റെ മറുപടിയിലെ നിർവ്വികാരത കണ്ടപ്പോൾ സഖാവ് സുധാകരന്റെ അരിവാളുപോലെ വളഞ്ഞുനിന്നിരുന്ന ചെവിയിലെ രോമം കുത്തനെനിന്നു.

"നാളേക്ക് മാറ്റിവെക്കാം. അവരോട് നാളെ വരാൻ പറ." സി.എ. ആലസ്യത്തോടെ പറഞ്ഞ് പോകാനൊരുങ്ങി.

ഇന്നത്തെ പണിയും കൈയിലെ കാശും കളഞ്ഞ ഗോവിന്ദേട്ടനോട് വല്ലാത്ത ഈർഷ തോന്നി ദിവാകരന്. കുട്ടിരാമന്റെ ചാരായഷാപ്പിൽ പോയി 200 മില്ലി അകത്താക്കി ഈർഷ്യയ്ക്ക് ശമനമുണ്ടാക്കി ഉമ്മറത്തെ ബെഞ്ചിൽ മലർന്നു കിടന്നു.

പരാതിക്കാരനായ ഗോവിന്ദേട്ടനോട് വീണ്ടും സ്റ്റേഷനിൽ ഹാജരാകണമെന്ന് അറിയിക്കാനായി മുകുന്ദൻപോലീസ് നട്ടപ്ര വെയിലത്ത് തന്റെ സ്വന്തം കാലിൽതന്നെ രണ്ടാം കുഴിപ്പിലശ്ശേരി യാത്രയിൽ ഏർപ്പെട്ടു. കവലയിൽ പെറ്റുകിടക്കുന്ന ചൊക്ലിപ്പട്ടി മുകുന്ദനെ വീണ്ടും കണ്ടപ്പോൾ വാലാട്ടി.

ദിവാകരന്റെ ഒരു ദിവസത്തെ പണിയും കളഞ്ഞ് അവനെ പോലീസ്സ്റ്റേഷനിൽ വട്ടം കറക്കിയ തന്റെ ബുദ്ധിയിൽ അപ്പുട്ടേട്ടൻ അപ്പുട്ടേട്ടനെത്തന്നെ സ്വയം അഭിനന്ദിച്ചു. ശിങ്കിടികൾ അപ്പുട്ടേട്ടനെ വാനോളം പുകഴ്ത്തി. കറവവറ്റിയ പശുവിനെപ്പോലെ ഗോവിന്ദേട്ടന്റെ മുഖം വാടിയിരുന്നു.

തിരിച്ചൊരു പണികൊടുക്കാനായി ദിവാകരനും സഖാവും അന്ന് സ്റ്റേഷനിൽ മനപ്പൂർവ്വം ഹാജരായില്ല.

അപ്പുട്ടേട്ടനും ശിങ്കിടികളും പോലീസ്സ്റ്റേഷനിലെ മരബഞ്ചിലിരുന്നു മാറി മാറി കോട്ടുവായിട്ടു. കോട്ടുവായിട്ട് വായ കഴച്ചപ്പോൾ സി.ഐ.യുടെ മുന്നിൽ പരാതിപ്പെട്ടു.

"മുകുന്ദാ..." സി.ഐ. വീണ്ടും നീട്ടിവിളിച്ചു.

വിളിക്ക് മറുപടിയായി സാർ... എന്ന് പറഞ്ഞെങ്കിലും ജീവനില്ലാത്ത സല്യൂട്ട് കൊടുത്ത് മിണ്ടാതെ നിന്നു.

"പരാതി നാളേക്ക് മാറ്റിവെച്ചു. എതിർകക്ഷികളോട് നാളെ വരാൻ പറയൂ." എല്ലില്ലാത്ത നാവുകൊണ്ട് സി.ഐ. ഉത്തരവിട്ടു.

പരാതിക്കാരനേയും എതിർകക്ഷിയേയും അപ്പുട്ടേട്ടനേയും സഖാവിനേയും ചത്ത കോഴിയേയും ഒപ്പം സി.ഐയേയും പ്രാകിക്കൊണ്ട് മുകുന്ദൻപോലീസ് തന്റെ മൂന്നും നാലും അഞ്ചും തവണകളായിട്ടുള്ള കുഴിപ്പിലശ്ശേരി പ്രയാണത്തിൽ തളർന്നു. പെറ്റുകിടക്കുന്ന ചൊക്ലിപ്പട്ടി ദയനീയമായി പോലീസുകാരനെ നോക്കി വാലാട്ടി.

നേതാക്കളുടെ അമ്മാനമാട്ടത്തിൽ ഗോവിന്ദേട്ടന്റെയും ദിവാകരന്റെയും കുറികൾ മുടങ്ങി, മക്കളുടെ ഫീസ് അടയ്ക്കേണ്ട തിയ്യതി തെറ്റി, പലചരക്കുകടക്കാരന്റെ മുഖം കറുത്തു, കപ്പലണ്ടിപ്പിണ്ണാക്ക് കലക്കി വെള്ളം കുടിച്ചിരുന്ന പശുവിന് പച്ചവെള്ളംകൊണ്ട് തൃപ്തിയാകേണ്ടി വന്നു, പല്ല് തേയ്ക്കാനുള്ള പേസ്റ്റ് ഞെക്കി ഞെക്കി വളഞ്ഞു, കുട്ടിക്കൂറാ പൗഡർ ടിൻ തട്ടി തട്ടി ഓട്ടയായി, വാലാട്ടിക്കൊണ്ടിരുന്ന ചൊക്ലിപ്പട്ടി വാല് കഴച്ചപ്പോൾ നാടുവിട്ടുപോയി. നടന്നുനടന്നു മുകുന്ദൻപോലീസിന്റെ കാലിൽ ആണിരോഗം വന്നു.

"ഗോവിന്ദേട്ടാ?" അത്താഴം കഴിഞ്ഞ് വിശ്രമിക്കുകയായിരുന്ന ഗോവിന്ദേട്ടനെ ദിവാകരൻ വേലിക്കരികെ നിന്ന് സൗമ്യമായി വിളിച്ചു.

കേൾക്കാൻ കൊതിച്ച വിളികേട്ടപ്പോലെ ഗോവിന്ദേട്ടൻ ഉമ്മറത്തുനിന്നും ചാടിയിറങ്ങി.

"എന്താ ദിവാകരാ?" കണ്ണുകളിൽ പൂത്തിരിയുടെ തിളക്കവുമായി ഗോവിന്ദേട്ടൻ വേലിക്കരികിലേക്ക് കുതിച്ചുചെന്നു.

"ആ കോഴിയുടെ വില എന്താച്ചാ ഞാൻ തരാം. ഇനി എനിക്ക് ഇതിന്റെ പിന്നാലെ നടക്കാൻ വയ്യ. കുറെ പണം നഷ്ടമായി. കുറെ ദിവസത്തെ പണിയും പോയി." നിരാശ കലർന്ന മുഖഭാവത്തോടെ ദിവാകരൻ പറഞ്ഞു.

''ഒന്നും വേണ്ട ദിവാകരാ. കോഴിയുടെ പേരിൽ നമ്മുടെ നല്ല ബന്ധം ഇല്ലാതാക്കാൻ പാടില്ല. രാഷ്ട്രീയക്കാരുടെ വാക്ക് വിശ്വസിച്ചുപോയതാണ് നമുക്ക് പറ്റിയ അബദ്ധം."

ഇരുവരുടേയും കണ്ണുകളിൽ സൗഹൃദത്തിന്റെ ഈർപ്പം നിറഞ്ഞത് ഇരുട്ടിന്റെ മറവിൽ ആരും കണ്ടില്ലെങ്കിലും സമാധാനത്തിന്റെ പുഞ്ചിരി പരസ്പരം സമ്മാനിച്ചത് മണ്ണെണ്ണവിളക്കിന്റെ പ്രകാശത്തിലും സൂര്യരശ്മിയെപ്പോലെ തിളങ്ങി. ഇളംകാറ്റ് വീശി ഇരുവരുടേയും മനസ്സിലെ തീ അണച്ചു.

“എടോ മുകുന്ദാ, ആ കോഴിപ്പരാതി എന്തായി?” തുരുമ്പിച്ച ഇരുമ്പു ഗെയ്റ്റ് തുറക്കുന്ന ശബ്ദത്തോടെ റൈറ്റർ ചോദിച്ചു.

“അത് അവർ തമ്മിൽ പറഞ്ഞുതീർത്തു സാർ.” ആശ്വാസത്തോടെയുള്ള മുകുന്ദൻപോലീസിന്റെ മറുപടി.

“അത് പറ്റില്ല. ഇരുവരും രജിസ്റ്ററിൽ ഒപ്പു വെക്കണം. എന്നാലേ പരാതി തീർപ്പാവൂ. അവരോട് നാളെ സ്റ്റേഷനിൽ വരുവാൻ പറയണം.” താനറിയാതെ പരാതി തീർപ്പാക്കാൻ ഈ രാജ്യത്ത് പ്രധാനമന്ത്രിക്കുപോലും അധികാരമില്ലെന്ന ഗർവ്വോടെ റൈറ്റർ ഉത്തരവിറക്കി.

ഭഗവാനെ! ഇനി വീണ്ടും ആ കുഗ്രാമത്തിലേക്ക് നടക്കണമല്ലോ. മുകുന്ദൻപോലീസ് തന്റെ കുഴിപ്പിലശ്ശേരിയിലേക്കുള്ള ആറാം പ്രയാണം ആരംഭിച്ചു. വിയർത്തൊലിച്ച ശരീരവുമായി മുകുന്ദൻ പോലീസ് ഗോവിന്ദേട്ടനെയും ദിവാകരനേയും സമീപിച്ചു.

“ഗോവിന്ദേട്ടാ, ആ കോഴിയുടെ വില എന്താച്ചാ ഞാൻ തരാം. ദയവു ചെയ്ത് എന്നെയിങ്ങനെ നടത്തിക്കല്ലെ!” അഭ്യർത്ഥനയോടെ നിൽക്കുന്ന പോലീസുകാരനെ ഗോവിന്ദേട്ടനും ദിവാകരനും ദയനീയമായി നോക്കി.

“സാറേ, ഞങ്ങൾക്കിനി പരാതിയൊന്നുമില്ല.” ഇരുവരും സന്തോഷത്തോടെ പറഞ്ഞു.

“എന്റെ പൊന്നുചേട്ടന്മാരെ, നിങ്ങൾക്ക് പരാതിയില്ലെങ്കിലും പോലീസിന് ഇപ്പോഴും പരാതി തീർന്നിട്ടില്ല. നിങ്ങൾ വന്നു രജിസ്റ്ററിൽ ഒപ്പുവെച്ചാലേ പരാതി തീരുകയുള്ളൂ. നിങ്ങൾ രാഷ്ട്രീയക്കാരെയൊന്നും വിളിക്കണ്ട. ജോലിയും കളയണ്ട. പണി മാറ്റി വൈകി എപ്പോഴെങ്കിലും വന്ന് ഒപ്പുവെച്ചാൽ മതി.”

മുകുന്ദൻപോലീസ് സൗമ്യമായി പറഞ്ഞ് വിയർത്തൊലിച്ച ശരീരവുമായി വീണ്ടും നടപ്പാരംഭിച്ചു.

ഗോവിന്ദേട്ടനും ദിവാകരനും പരസ്പരം നോക്കി. പിന്നെ ദയനീയമായി പോലീസുകാരനെ നോക്കി. അവരുടെ ഭാര്യമാർ വേലിക്കരികെ നിന്ന് നാട്ടുവിശേഷമാണോ പരദൂഷണമാണോ എന്നറിയില്ല ആവേശത്തോടെ സംസാരിക്കുന്നുണ്ട്.

■

സത്യമേവ ജയതേ

സർക്കാർ ചെലവിൽ താമസിക്കാനും ഭക്ഷിക്കാനും യോഗമുണ്ടെന്ന് കാലങ്ങൾക്ക് മുൻപേ ജ്യോത്സ്യൻ കവടിനിരത്തി പറഞ്ഞപ്പോൾ അമ്മ സന്തോഷത്തോടെ എന്റെ നിറുകയിൽ തലോടുകയും ചേർത്തു പിടിക്കുകയും ചെയ്തിരുന്നു. ഭാവിയിൽ മന്ത്രിക്കസേരയിലിരി ക്കേണ്ട ഒരു രാഷ്ട്രീയനേതാവിനെ കണ്ടപോലെയാണ് പാവം അമ്മ അന്ന് എന്നെ വാത്സല്യത്തോടെ നോക്കിയത്. ഒരു മന്ത്രിയുടെ അമ്മയായാൽ എങ്ങനെ പെരുമാറണമെന്നുവരെ അമ്മ അന്നുമുതൽ പരീശിലിച്ചുതുടങ്ങി. വീട്ടിൽ അച്ഛനെ കാണാൻ വരുന്നവരോട് സംസാരിക്കാനും 'എല്ലാം ശരിയാക്കാമെന്ന്' അവരോട് വാഗ്ദാനം കൊടുക്കാനും തുടങ്ങി. സ്കൂളിലെ എല്ലാ പ്രസംഗമത്സരത്തിലും പങ്കെടുക്കണമെന്നും നാളെ മന്ത്രിയാകേണ്ടവനാണെന്നും എന്നെ ഇടയ്ക്കിടെ ഓർമ്മപ്പെടുത്താറുമുണ്ട്. ജ്യോത്സ്യന്റെ തന്നെ കണ്ണു പറ്റാതിരിക്കാൻ ഉപ്പും മുളകും കൂട്ടിപിടിച്ച് എന്നെ ഉഴിഞ്ഞ് അടുപ്പി ലിട്ട് പുകച്ച് ശരീരത്തിൽ പറ്റിയ സകല കണ്ണുകളും അമ്മ പുറത്തു ചാടിക്കാറുമുണ്ട്.

ജോത്സ്യനും കവടിക്കും തെറ്റൊന്നും പറ്റിയിട്ടില്ല. സർക്കാർ ചെലവിൽ തന്നെയാണ് താമസവും ഭക്ഷണവും. പക്ഷേ താമസം മന്ത്രിമന്ദിരത്തിലല്ല, പകരം വിയ്യൂരിലെ തടവറയിലാണെന്ന് മാത്രം. ഭക്ഷണം തടവുപുള്ളികൾക്കൊപ്പവും. ഇങ്ങനെയൊരു സ്ഥിതി യിലെത്തുമെന്ന് അമ്മയുടെ ആത്മാവ് സ്വപ്നത്തിൽപോലും കരുതി യിട്ടുണ്ടാവില്ല. എന്തിനു പറയുന്നു ജ്യോത്സ്യനോ മൂപ്പരുടെ കവി ടിയോ ലവലേശംപോലും ഇങ്ങനെ നിരീച്ചിട്ടുണ്ടാവില്ല.

ആഴ്ചകളായി ഉറക്കമില്ല. എങ്ങനെയുറങ്ങാനാണ്? മനസ്സുഖം ഉണ്ടെങ്കിലല്ലേ ഉറക്കം കിട്ടൂ. തന്റെ നിരപരാധിത്വം ആരോടും വെളി പ്പെടുത്താൻ കഴിയാതെ താൻ തന്നെ രഹസ്യമാക്കിവെക്കേണ്ട അവസ്ഥ. ഏറ്റെടുത്തത് ചെറിയ കുറ്റമല്ല കൊലപാതകിയുടെ

രൂപമാണ് ഏറ്റെടുത്തിട്ടുള്ളത്. മകളുടെ കണ്ണിൽനിന്നും കുത്തിയൊഴുകുന്ന കണ്ണുനീരിന്റെ ശക്തിയിലാണ് ആ പദവി ഏറ്റെടുത്തത്.

ഒരു ചെറുപ്പം ചെറുക്കനെ കൊന്ന 'നായിന്റെമോൻ' എന്നാണ് സഹതടവുകാർ തന്നെ വിശേഷിപ്പിക്കുന്നത്. വൃഷണം ചൊറിഞ്ഞും പുകവലിച്ച് ചുമച്ചും അശ്ലീലപദങ്ങൾ കലർത്തി ഭീഷണിപ്പെടുത്തിയുമാണ് തന്നെ അവർ നിരന്തരം വേട്ടയാടുന്നത്. തങ്ങൾ ആരെയും കൊന്നിട്ടില്ലെന്നും അല്ലറചില്ലറ കളവു നടത്തിയ കുറ്റം മാത്രമേ ചെയ്തിട്ടുള്ളൂവെന്നും അവർ സ്വയം വെള്ളപൂശുന്നു. അവർ പറയുന്നത് ശരിയാണ് അന്യന്റെ മുതൽ മോഷ്ടിക്കുന്നതിനേക്കാൾ കുറ്റകരമാണ് മറ്റൊരാളുടെ ജീവൻ എടുക്കുന്നത്. ഇന്ത്യൻ പീനൽ കോഡിലും അതുതന്നെയാണ് എഴുതിവെച്ചിട്ടുള്ളത്.

നാട്ടിൽ കള്ളന്മാരുടെ ശല്യം കൂടിയതായി പരക്കെ സംസാരം വന്നപ്പോഴും താൻ ഭയപ്പെട്ടില്ല. കാരണം തന്റെ വീട്ടിൽ വിലപിടിപ്പുള്ള യാതൊന്നും ഇല്ലല്ലോ. ഉണ്ടായിരുന്ന സ്വർണ്ണം മകളുടെ കഴുത്തിൽ ചാർത്തി വിവാഹമണ്ഡപത്തിൽ കയറ്റി അവളെ അയച്ചു. വീടിന്റെ ആധാരംപോലും സൊസൈറ്റിയിൽ പണയപ്പെടുത്തിയതിനാൽ നഷ്ടപ്പെടുവാൻ ഒന്നുമില്ലായിരുന്നു. ആകെയുള്ളത് മൂടുന്തിയ പഴയ ടി.വിയും കരിപിടിച്ച ഒന്നുരണ്ട് അലുമിനിയ പാത്രങ്ങളും പിന്നെ തല നരച്ച താനും ഭാര്യയും. ആ ധൈര്യത്തിലാണ് നാട്ടിലിറങ്ങുന്ന കള്ളന്മാരെ ഭയപ്പെടാതെ സമ്മാധാനമായി ഉറങ്ങിക്കൊണ്ടിരുന്നത്. പക്ഷേ ഇടയ്ക്ക് വിരുന്നുവരാറുള്ള മകളുടേയും മരുമകന്റെയും സ്വകാര്യതയെ അപമാനിക്കുന്ന കള്ളന്മാരായിരുന്നു നാട്ടിൽ വിലസിയത് എന്നറിയാൻ വൈകി. മകളും ഭർത്താവും അന്തിയുറങ്ങുന്ന കിടപ്പറയിലേക്ക് ജനൽവിടവിലൂടെയുള്ള ഒളിഞ്ഞുനോട്ടവും എയർഹോൾ വഴിയുള്ള ചിത്രീകരണവും നടത്തിയ ചെറുപ്പക്കാരന് അതൊരു ഹരമായിരിക്കാം. ചിത്രീകരിച്ചത് കൂട്ടുകാരൊന്നിച്ച് ആസ്വദിക്കുമ്പോഴും അയാളുടെ മുഖത്ത് അശ്ലീലച്ചുവയുള്ള ചിരിയായിരുന്നു.

തന്റെ കിടപ്പറയിലെ സ്വകാര്യത നാട്ടിലെ ചെറുപ്പക്കാർ ആഘോഷിക്കുകയാണെന്ന വിവരമറിഞ്ഞ മകളുടെ മുഖം ഇരുണ്ട ആകാശം പോലെയായി. അവളുടെ കണ്ണിൽനിന്നും കർക്കടകമാസത്തിൽ കോരിച്ചൊരിയുന്ന മഴപോലെ കണ്ണുനീർ ഒഴുകിക്കൊണ്ടിരുന്നു. വീട്ടുതടങ്കലിലായവളെപ്പോലെ കരിമഷി പരന്ന കണ്ണുമായി അവൾ നീറിക്കൊണ്ടിരുന്നു. പോലീസുകാരനായ അവളുടെ ഭർത്താവ് പേയിളകിയ നായയെപ്പോലെയായി. വീടിനുമുന്നിലൂടെ പോകുന്ന

സകല ചെറുപ്പക്കാർക്കു നേരെയും അയാൾ കുരച്ചുകൊണ്ടിരുന്നു. ശൗര്യം തീർക്കാൻ മകൾക്ക് നേരെ വെറുതെ കുരച്ചുകൊണ്ടിരുന്നു. ദ്രവിച്ച ജനൽവാതിലുകൾ മാറ്റാതെ നിധിപോലെ സൂക്ഷിച്ച തന്നെ അയാൾ ആക്ഷേപിച്ചു. ആരോടും ഒന്നും പറയാനാകാതെ തനിക്ക് നിസ്സഹായാവസ്ഥയിൽ നിൽക്കേണ്ടി വന്നു.

അന്ന് പകയടങ്ങാത്ത കണ്ണുമായിട്ടാണ് മരുമകൻ ജോലികഴിഞ്ഞ് വീട്ടിൽ എത്തിയത്. എന്തോ തീർച്ചപ്പെടുത്തിയ രൗദ്രമുഖഭാവം അയാളിൽ പ്രകടമായിരുന്നു. രാത്രി കിടക്കുന്നതിന് മുൻപ് അയാൾ കിടപ്പുമുറിയുടെ ജനലിനുവെളിയിൽ എന്തോ പ്രവൃത്തിയിൽ ഏർ പ്പെടുന്നത് കണ്ടിരുന്നു. ജനൽവിടവുകൾ അടയ്ക്കുന്ന തിരക്കിലാ യിരിക്കുമെന്ന് കരുതി താൻ ആശ്വസിച്ചെങ്കിലും ദുശ്ശകുനംപോലെ വലംകണ്ണ് തുടിക്കുന്നുണ്ടായിരുന്നു.

അർദ്ധരാത്രി പിന്നിട്ടപ്പോൾ പകച്ചകണ്ണുകളോടെ മരുമകൻ തന്നെ വിളിച്ചുണർത്തി. "ഒരബദ്ധം പറ്റി. ആ പയ്യൻ ഷോക്കേറ്റു മരിച്ചു." അയാൾ കിതപ്പോടെ പറഞ്ഞു.

"ആര്? ഏത് പയ്യൻ? എവിടെ?" തന്റെ തൊണ്ടയിൽനിന്നും കണ്ണുകളിൽനിന്നും ഈ ചോദ്യവും അങ്കലാപ്പും പുറത്തുവന്നു. ഹൃദയം മുറിഞ്ഞൊഴുകുന്ന നൊമ്പരത്തോടെ പേടിച്ചരണ്ട മകളുടെ മുഖഭാവം തന്നെ വല്ലാതെ അസ്വസ്ഥനാക്കി. പുറത്തിറങ്ങി നോക്കിയ താൻ 'ഭഗവാനേ...'യെന്ന് നെഞ്ചത്ത് കൈവെച്ചുവിളിച്ചു പോയി. തന്റെ സുഹൃത്തിന്റെ ഇളയ മകൻ. നിന്നനിൽപ്പിൽ തീ പിടിച്ചപോലെ, ശ്വാസവും നെഞ്ചിടിപ്പും ശരീരത്തിലേക്ക് മടങ്ങി വരാൻ കുറച്ചു സമയമെടുത്തു.

"താൻ എവിടുത്തെ പോലീസുകാരനാണ്? ബുദ്ധിയില്ലാത്ത പ്രവൃത്തി ചെയ്ത് പൊട്ടനായി നോക്കിനിൽക്കുകയാണോ? ഉടൻ ആശുപത്രിയിൽ എത്തിക്ക്." ഭയവും വികാരക്ഷോഭവും തന്നെ കടുത്ത ചോദ്യത്തിന് ഉടമയാക്കി.

"അതിനുള്ള സമയം കഴിഞ്ഞു. ഇനി രക്ഷപ്പെടാനുള്ള മാർഗ്ഗം നോക്കുക." വരണ്ട തൊണ്ടയിലൂടെ മരുമകന്റെ ശബ്ദം പുറത്തു വന്നു. അയാൾ തന്റെ മകളേയും കൂട്ടി പാതിരാത്രിക്കുതന്നെ കോരി ച്ചൊരിയുന്ന മഴയത്ത് സ്വന്തം വീട്ടിലേക്ക് സ്കൂട്ടറിൽ പോകാനൊ രുങ്ങി. "ആര് എപ്പോൾ ചോദിച്ചാലും ഞങ്ങൾ ഇന്ന് ഇവിടെയുണ്ടാ യിരുന്നില്ലെന്ന് പറയണം. വീട്ടുടമസ്ഥൻ എന്ന നിലയ്ക്ക് അച്ഛൻ എന്തായാലും കേസ്സിൽപ്പെടും. എന്റെ പേര് പറഞ്ഞാൽ ഞാനും ജയിലിൽ പോകേണ്ടിവരും. പോലീസുകാരനായ ഞാൻ ജയിലിൽ

പോയാൽ മറ്റു കുറ്റവാളികൾ എന്നെ വല്ലാതെ ദ്രോഹിക്കും. മാത്ര മല്ല എന്റെ ജോലിയും പോകും. അതിനേക്കാൾ ഭേദം ആത്മഹത്യ യാണ്. നിങ്ങളുടെ മകൾ വെള്ളസാരി ചുറ്റിയ ഒരു വിധവയാകാ തിരിക്കാൻ എന്റെ പേര് വലിച്ചിഴയ്ക്കരുത്." സ്വയം രക്ഷപ്പെടാ നുള്ള വ്യഗ്രതയിൽ ചെറുഭീഷണിയുടെ സ്വരവും മരുമകന്റെ വായിൽ നിന്നും പുറത്തുചാടി.

വിറങ്ങലിച്ചു നിൽക്കുന്ന ഭാര്യ. മക്കളുടെ ജീവനുവേണ്ടി കർണ്ണനോട് യാചിക്കുന്ന കുന്തിയുടെ മാനസികാവസ്ഥയിൽ അവർ എന്റെ മുഖത്തേക്ക് കടുത്ത വേദനയോടെ നോക്കി.

ശൂന്യതയിൽ താമസിക്കുന്നപോലെ എനിക്ക് തോന്നി. വിടർന്നു വരുന്ന പൂമൊട്ട് വാടാൻ പാടില്ല. തേങ്ങലോടെയിരിക്കുന്ന മകളെ ഞാൻ ചേർത്തുപിടിച്ചു. "മോള് വിഷമിക്കേണ്ട, നീ വിധവയാകില്ല. എല്ലാ കുറ്റവും അച്ഛൻ ഏറ്റെടുത്തുകൊള്ളാം. അച്ഛൻ പോലീസു കാരനല്ലല്ലോ. അതുകൊണ്ട് ജയിലിൽ പോകാൻ ഭയക്കേണ്ട. എത്രയും പെട്ടെന്ന് സ്ഥലം വിടൂ. സി.സി.ടി.വിയില്ലാത്ത വടക്കും മുറി വഴി പോയാൽ മതി." മരവിച്ച മനസ്സോടെ ഞാൻ പറഞ്ഞു.

നര കയറിയ ശോഷിച്ച നെഞ്ചിൽ മുഖം ചേർത്ത് അവൾ കരഞ്ഞു. അവളുടെ ഭർത്താവിനെ ജ്വലിക്കുന്ന ധർമ്മരോഷത്തോടെ നോക്കി. അച്ഛനെ കള്ളക്കേസ്സിൽ കുടുക്കി രക്ഷപ്പെടുന്ന ദുഷ്ടൻ എന്ന പദവി ആ നോട്ടത്തിൽ നിഴലിച്ചിരുന്നു.

ജയിൽ എന്താണെന്ന് നേരിട്ടറിഞ്ഞു. ഗോതമ്പുണ്ട മൺമറഞ്ഞു പോയിട്ട് കാലങ്ങളായി ഇപ്പോൾ സുഭിക്ഷമായ ഭക്ഷണം കിട്ടുന്നുണ്ട്. സ്ഥിരം കുറ്റവാളികൾക്ക് സ്വാദിഷ്ഠമായ ഭക്ഷണമായിരിക്കാം. പക്ഷേ മനോവേദന അനുഭവിക്കുന്നവർക്ക് എത്ര നല്ല ഭക്ഷണമായാലും തൊണ്ടക്കുഴിയിലൂടെ ഇറങ്ങാത്ത അവസ്ഥ.

അപ്രതീക്ഷിതമായിട്ടാണ് വിലങ്ങിട്ട കൈകളുമായി മരുമകനെ ജയിലിലേക്ക് കൊണ്ടുവന്നത്. വല്ലാത്ത അങ്കലാപ്പോടെ ഞാൻ അവനെ നോക്കി. എനിക്ക് മുഖം തരാതെ തികട്ടി വരുന്ന കുറ്റ ബോധം അയാളുടെ മുഖത്ത് പ്രകടമായിരുന്നു. മറ്റൊരു സെല്ലിലേക്ക് അവനെ കൊണ്ടുപോയി. വാർഡൻ വന്ന് ജയിൽ സൂപ്രണ്ടിന്റെ മുറിയിലേക്ക് തന്നെ കൂട്ടിക്കൊണ്ടുപോകുമ്പോഴും മനസ്സിൽ അങ്ക ലാപ്പായിരുന്നു.

"സിദ്ധാർത്ഥാ, തനിക്ക് ജാമ്യം കിട്ടിയിട്ടുണ്ട്. അച്ഛൻ നിരപരാധി യാണെന്നും തന്റെ ഭർത്താവാണ് ജനലിൽ കറണ്ട് വെച്ചതെന്നും നിങ്ങളുടെ മകൾ അന്വേഷണ ഉദ്യോഗസ്ഥനോട് തുറന്നുപറഞ്ഞു. മിക്കവാറും നിങ്ങൾ കേസ്സിൽനിന്നും ഒഴിവാകും."

ജയിൽകവാടത്തിൽ കാത്തുനിന്നിരുന്ന മകൾ തന്നെ കണ്ടവശം ഓടിവന്ന് കെട്ടിപ്പിടിച്ചു വാവിട്ടുകരഞ്ഞു. ഒരു അഞ്ചുവയസ്സുകാരിയായി അവൾ മാറി. തേങ്ങിത്തേങ്ങി കരയുന്ന അവളെ ഞാൻ മാറോട് ചേർത്തുപിടിച്ചു. അവൾ എന്റെ കവിളിൽ മാറിമാറി ഉമ്മ വെച്ചു. അവളുടെ ഉപ്പുരസം കലർന്ന കണ്ണുനീരിന് സത്യത്തിന്റെ നിറം ഉണ്ടായിരുന്നു. എല്ലാം കണ്ടുകൊണ്ട് പുഞ്ചിരിക്കുന്ന മുഖത്ത് ഒഴുകുന്ന കണ്ണീരുമായി തന്റെ എല്ലാമായ ശക്തിസ്വരൂപണിയുടെ തിളങ്ങുന്ന മുഖവും ഞാൻ കണ്ടു.

■

പണമില്ലാത്തവൻ പിണം

സൂര്യൻ പടിഞ്ഞാറ്റുമുറിക്കാരുടെ ദേശത്തേക്ക് പോകാനായി ഒരുങ്ങുന്നു. ഒളിവിലിരിക്കുന്ന പ്രതിയെപ്പോലെ ചന്ദ്രൻ ഇരുണ്ടമേഘങ്ങൾക്കിടയിലൂടെ എത്തിച്ചുനോക്കുന്നു. വിതയ്ക്കാനും കൊയ്യാനും കളപ്പുരകളിൽ ശേഖരിക്കാനും തയ്യാറാകാത്ത പറവകൾ തിടുക്കത്തിൽ കൂടണയാൻ പായുന്നു.

മീനച്ചൂടിന്റെ പക മുഴുവൻ ഏറ്റുവാങ്ങി തളർന്ന ശരീരവുമായി തെരുവിലെ ഡ്യൂട്ടി കഴിഞ്ഞ് മുകുന്ദൻപോലീസ് സ്റ്റേഷനിൽ മടങ്ങി ഹാജരായി. മുഷിഞ്ഞ യൂണിഫോം കഴുകാനായി ശരീരത്തിൽ നിന്നും അടർത്തിയെടുത്തു. വിയർപ്പിന്റെ ഗന്ധവും സോക്സിലെ ദുർഗന്ധവും മുറിയാകെ പരന്നപ്പോൾ വാൽ മുറിച്ചിട്ട് പല്ലികൾ ജീവനുംകൊണ്ട് ജനൽവഴി പുറത്തേക്ക് പാഞ്ഞു. യൂണിഫോം ചുരുട്ടിക്കൂട്ടി കല്യാൺ സാരിഹൗസിന്റെ കവറിൽ കുത്തിക്കേറ്റി. യൂണിഫോമിന്റെ വിയർപ്പ്ഗന്ധത്താലാണോന്നറിയില്ല കവറിന് പുറത്തെ മഞ്ജുവാര്യരുടെ മുഖം ഒന്നു ചുളിഞ്ഞു.

“മുകുന്ദാ?” എസ്.ഐയുടെ നീട്ടിയുള്ള വിളിയും ഒപ്പം ഞെക്കുമണിയിൽ നിർത്താതെയുള്ള കൂട്ടമണിയും മുകുന്ദനെ അസ്വസ്ഥനാക്കി. വിളിയുടെ ഗൗരവം ഗൗനിച്ചില്ലെങ്കിൽ എസ്.ഐയുടെ ചെവിയിലെ രോമം എഴുന്നേറ്റ് നിൽക്കുമെന്ന് അയാൾക്ക് നന്നായി അറിയാം.

“സാാാർ...” മുകുന്ദൻ നീട്ടി മറുപടി കൊടുത്തു. ഓടിച്ചെന്ന് ഭവ്യത അഭിനയിച്ച് പന്ത്രണ്ട് ഇഞ്ച് കനത്തിൽ അറ്റൻഷൻ ചവുട്ടി ഒപ്പം ഒരു സല്യൂട്ടും കാച്ചി.

“താൻ എവിടെപ്പോകുന്നു? വേഗം യൂണിഫോം ധരിച്ചു വായോ, ഒരു ഹാങ്ങിംഗ് ഉണ്ട്. (തൂങ്ങിമരണം).” ചോന്നരത്തി കഷായം കുടിച്ച മുഖഭാവത്തോടെ എസ്.ഐ. പറഞ്ഞു.

പകൽഡ്യൂട്ടിയുടെ ക്ഷീണവും വീട്ടിൽ പോകേണ്ട ആവശ്യകതയും ബോദ്ധ്യപ്പെടുത്തണമെന്നുണ്ട്. പക്ഷേ ഹൗസ് ലോൺ അനുവദിച്ച ബാങ്ക് മാനേജരുടെ ഇരുണ്ട മുഖം മനസ്സിൽ തെളിഞ്ഞു വന്നു. പിന്നെ എതിർക്കാനുള്ള ശക്തി നിർവീര്യമായി. 'നുകം വെച്ചു പോയി. ഇനി വലിക്കുക തന്നെ.' മുകുന്ദൻ പിറുപിറുത്തുക്കൊണ്ട് മുറിയിൽനിന്ന് പുറത്തിറങ്ങി.

അസ്തമയത്തിനുശേഷം ഡെഡ്ബോഡി ഇൻക്വസ്റ്റ് നടത്തുവാൻ പാടില്ലായെന്ന ജാംബവാന്റെ കാലത്തെ ഉത്തരവ് ഇപ്പോഴും പാലിക്കുന്നു. മൂട്ടവിളക്കിന്റെയും കമ്പിറാന്തലിന്റെയും കാലം മറികടന്നിരിക്കുന്നു. പകലിനെ വെല്ലുന്ന വെളിച്ചം തരുവാൻ മൂലമറ്റം പവർഹൗസ് റെഡിയായി നിൽക്കുവാൻ തുടങ്ങിയിട്ട് കാലങ്ങളായി. എന്നിട്ടും ജാംബവാന്റെ ഉത്തരവ് മറികടക്കാൻ ആരും മെനക്കെടുന്നില്ല. കാരണം ശവത്തിന് കാവലായി അവർക്കാർക്കും നിൽക്കണ്ടല്ലോ!

"മുകുന്ദാ..." എസ്.ഐയുടെ സൗമ്യമായ വിളി. സീൻഗാർഡിന് (ശവത്തിന് കാവൽ) താൻ മാത്രമെയുള്ളൂ. നാട്ടുകാർ സഹായിക്കും. "താൻ ഒന്നു അഡ്ജസ്റ്റ് ചെയ്യ്." എസ്.ഐ. മര്യാദപുരുഷോത്തമനായി.

മേലാധികാരി സൗമ്യമായി പെരുമാറുമ്പോൾ പിന്നിൽ ഒളിഞ്ഞു കിടക്കുന്ന പാര മനസ്സിലാക്കാൻ മുകുന്ദൻപോലീസിന് ചോറുമാറ്റി ബിരിയാണി കഴിക്കേണ്ട കാര്യമൊന്നുമില്ല. നീരസം പ്രകടിപ്പിക്കാതെ മാണിക്യത്തിന് കാവലിരിക്കുന്ന നാഗത്തെപ്പോലെ ശവത്തിന്റെ കാവൽഡ്യൂട്ടി മുകുന്ദൻ ഏറ്റെടുത്തു.

മരണപ്പെട്ടയാളുടെ ഉറ്റമിത്രങ്ങൾ എന്തിനും തയ്യാറായി കൂടെയുണ്ട്. അവർ പെട്രോമാക്സും കസേരകളും ലഹരിജലവും കൊണ്ടുവന്നു. സുഹൃത്തുക്കളുടെ ആത്മാർത്ഥത കണ്ട് മുകുന്ദൻ കോരിത്തരിച്ചു.

കൊണ്ടുവന്ന ലഹരിജലം കഴിഞ്ഞപ്പോൾ സുഹൃത്തുക്കളുടെ ആത്മാർത്ഥത മങ്ങിത്തുടങ്ങി. അവർ കുഴഞ്ഞ കാലുമായി സ്വന്തം വീട് കണ്ടെത്താനായി നിരങ്ങിനീങ്ങി. പിന്നെ മുകുന്ദനും തൂങ്ങിക്കിടക്കുന്ന ശവശരീരവും പെട്രോമാക്സും ഒഴിഞ്ഞ മദ്യക്കുപ്പികളും ചിതറിക്കിടക്കുന്ന മിക്സ്ചറും മാത്രം ബാക്കിയായി.

ചപ്പുചവറുകളിലൂടെ ആരോ നടക്കുന്ന ശബ്ദം അടുത്തു വരുന്നുണ്ട്. യക്ഷിപ്പനയിലെ ഒറ്റമുലച്ചി കള്ളിന്റെ മണം അടിച്ചപ്പോൾ ഒരു തുള്ളിക്കായി വരുന്നതാണ്. മനുഷ്യരക്തം ഇപ്പോൾ അവർ കുടിക്കാറില്ല. എങ്ങനെ വിശ്വസിച്ചു കുടിക്കും? എല്ലാവർക്കും

ഷുഗറും കൊളസ്ട്രോളുമല്ലേ. പോരാത്തതിന് കൊറോണയും. മുകുന്ദൻ കാലിക്കുപ്പികൾ തിരിച്ചും മറിച്ചും നോക്കി.

"തെണ്ടികൾ എല്ലാം വറ്റിച്ചു വെച്ചു പോയി." അയാൾ പിറു പിറുത്തു.

വിജനമായ കുറ്റിക്കാട്ടിലെ മരത്തിൽ തൂങ്ങിക്കിടക്കുന്ന ശവത്തിന്റെ മുഖത്തേക്ക് മുകുന്ദൻപോലീസ് ഒന്നു നോക്കി. ഇളംകാറ്റിൽ ബോഡി അനങ്ങുന്നുണ്ട്.

"എന്നെ ബുദ്ധിമുട്ടിക്കാനായി നീ എന്തിനാടാ ഈ നേരത്ത് തൂങ്ങിയത്? പകൽ വേണ്ട സമയമുണ്ടായിരുന്നില്ലേ?" മുകുന്ദൻ പോലീസിന്റെ ചോദ്യം കേട്ടപ്പോൾ ശവത്തിന്റെ മുഖത്ത് ഒരു നിസ്സഹായാവസ്ഥ പ്രകടമായി.

"നിഷ്കളങ്ക രക്തമുള്ള മനുഷ്യപുത്രനെ മുപ്പത് വെള്ളിക്കാശിന് ഒറ്റിക്കൊടുത്ത യൂദാസിനെപ്പോലെ നീ എന്തിന് തൂങ്ങിമരിച്ചു? നീ ആരുടേങ്കിലും കൈയിൽനിന്നും വെള്ളിക്കാശ് വാങ്ങി ഒറ്റിക്കൊടുത്തിട്ടുണ്ടോ?" പ്രതിയെ ചോദ്യം ചെയ്യുന്നപോലെ മുകുന്ദൻ ധാർഷ്ട്യത്തോടെ ചോദിച്ചു.

"ഏമാനേ, മുപ്പതു വർഷക്കാലം സർക്കാർ സേവകനായി ജോലി ചെയ്ത തെറ്റ് മാത്രമേ ഞാൻ ചെയ്തിട്ടുള്ളൂ." അരിമുറുക്ക് കടിക്കുന്ന ശബ്ദത്തോടെ ശവം മറുപടി കൊടുത്തു.

"സ്വയം ജീവനെടുക്കാൻ നിനക്ക് ആര് അധികാരം തന്നു? നീയൊക്കെ ഇങ്ങനെ തോന്ന്യേ സമയത്ത് കെട്ടിത്തൂങ്ങിച്ചത്താൽ നിനക്കൊക്കെ കാവലുകിടക്കുന്ന ഞങ്ങളുടെ ഗതികേട് നിനക്കറിയുമോ?" ഉദരത്തിൽ നിറഞ്ഞുകിടക്കുന്ന ലഹരിജലത്തിന്റെ വീര്യത്തിൽ കനത്ത മീശ പിരിച്ച് മുകുന്ദൻപോലീസ് വീണ്ടും ശൗര്യം പ്രകടിപ്പിച്ചു.

"ഏമാൻ എന്നെ പേടിപ്പിക്കാണോ? എന്റെ കടമെല്ലാം പിന്നെ താൻ വീട്ടുമോ?" മണിക്കൂറുകളോളം കയറിൽ തൂങ്ങിക്കിടന്ന് ഭ്രാന്തായ ശവം മുകുന്ദനെ ഈർഷ്യയോടെ നോക്കി ചോദിച്ചു. അയാളുടെ ശബ്ദത്തിൽ വാശിയും പകയും ഉണ്ടായിരുന്നു.

സകലചരാചരങ്ങളും കണ്ണടക്കുമ്പോൾ കാവലാളായി ഉണർന്നിരിക്കുന്ന മുകുന്ദന്റെ നാവിൽനിന്നും അപ്പോൾ മദ്യത്തിന്റെ പുളിച്ച ഗന്ധത്തോടെ ഒരു തെറിവാക്ക് തെറിച്ചുവീണു.

"ഫ... മോനേ... നിന്റെ കടം വീട്ടലല്ലേ എന്റെ പണി. എന്റെ ഹൗസ്ലോൺതന്നെ മുടങ്ങിക്കിടക്കാണ്." അങ്കക്കളരിയിൽ ചുവടുമായി നിൽക്കുന്ന ചേകവരെപ്പോലെ മുകുന്ദൻ നെഞ്ചുവിരിച്ചു പറഞ്ഞു.

പെട്രോമാക്സിന്റെ നാളത്തിന് മങ്ങലായി. കുറ്റിക്കാട്ടിൽനിന്നും നായ്ക്കൾ ഓളിയിട്ടു. വവ്വാലുകൾ കൂട്ടത്തോടെ ചിറകടിച്ചു. ഇൻ ക്വസ്റ്റ് കഴിഞ്ഞാൽ ആത്മാവിനെ കൂട്ടിക്കൊണ്ടുപോകാനായി കാലൻ അക്ഷമയോടെ ചപ്പുചവറുകളിൽ ചവുട്ടി ഉലാത്തുന്നുണ്ട്. വീശി യടിക്കുന്ന കാറ്റത്ത് ശവം ഇളകിയാടുന്നു. ഇരുചെവിയിൽകൂടി രക്തം ഒലിച്ചുവരുന്നുണ്ട്. തുറിച്ച കണ്ണിലൂടെ ശവം മുകുന്ദനെ രൂക്ഷ മായി നോക്കി.

“നീ എന്നെ നോക്കി പേടിപ്പിക്കൊന്നും വേണ്ട. ശവം ഞാൻ കുറെ കണ്ടതാ.” ഞാന്നുകിടക്കുന്ന ശവത്തിനെ നോക്കി മുകുന്ദൻ കുടവയറു കുലുക്കി പരിഹസിച്ചു ചിരിച്ചു. വയറിനകത്തെ ബ്രാണ്ടിയും സോഡയും ഒപ്പം കുലുങ്ങി.

“ഏമാനേ, ദയവുചെയ്ത് എന്നെ അപമാനിക്കരുത്, മൂന്നുപെൺ മക്കളെ കെട്ടിച്ചുവിട്ട ഒരച്ഛനാണ് ഞാൻ. മാത്രമല്ല പെൻഷൻകൊണ്ട് മാത്രം ജീവിക്കുന്ന ഒരു പെൻഷനറുമാണ്. ഗതികേടുക്കൊണ്ടു തൂങ്ങേണ്ടി വന്നു.” ശവം ഗദ്ഗദത്തോടെ പറഞ്ഞു.

“അങ്ങനെ മര്യാദയ്ക്ക് വാ.” വിജയഭാവത്തിൽ മുകുന്ദൻ പുലമ്പി.

“മക്കൾക്ക് എല്ലാവർക്കും ഉന്നതബിരുദം നേടിക്കൊടുത്ത താണോ ഞാൻ ചെയ്ത തെറ്റ്? ബാങ്കിൽനിന്നും ലോൺ എടുത്ത് പെൺമക്കളെ കെട്ടിച്ചയച്ചതാണോ ഞാൻ ചെയ്ത തെറ്റ്? അവർ കണ്ണിൽ വെള്ളം നിറച്ച് ആവലാതിയുമായി ഇടയ്ക്ക് കയറിവരു മ്പോൾ അവരുടെ നുണക്കുഴിയുള്ള പുഞ്ചിരി കാണാനായി വീണ്ടും കടം വാങ്ങിക്കൊടുത്ത് തിരിച്ചയച്ചതാണോ ഞാൻ ചെയ്ത തെറ്റ്? അവസാനം ഞാൻ മാത്രം തെറ്റുകാരനായി. അച്ഛൻ വരുത്തിയ കടം അച്ഛന്റെ ഉത്തരവാദിത്തമാണെന്ന് മക്കൾ പരസ്പരം കലഹിച്ചു പറഞ്ഞു. അന്യായമാർഗ്ഗത്തോടെ പണം സമ്പാദിച്ച സമ്പന്നരായ പഴയ സഹപ്രവർത്തകരെ അവർ അഭിനന്ദിച്ച് സംസാരിച്ചു. സത്യ സന്ധമായി ജോലിചെയ്ത തന്റെ വീടും പറമ്പും ഇപ്പോൾ ജപ്തി യിലെത്തി.” സ്വപ്നങ്ങൾ തകർന്ന പ്രാരാബ്ധക്കാരന്റെ ശബ്ദം ശവത്തിന്റെ മുറുകിക്കിടക്കുന്ന തൊണ്ടക്കുഴിയിൽനിന്നും പുറത്തു വന്നു.

മുകുന്ദൻ ഒരു നിമിഷം നിശ്ശബ്ദതയിലിരുന്നു. പിന്നെ ഞാന്നു കിടക്കുന്ന ശവത്തിന്റെ മുഖത്തേക്കു് ദയനീയമായി നോക്കി.

“ഏമാനേ... ഒരു സങ്കടം ബോധിപ്പിക്കാനുണ്ട്. തൂങ്ങിച്ചത്തതാ ണെങ്കിലും ഞാനൊരു മനുഷ്യനായിരുന്നില്ലേ? എത്ര നേരമായി ഇങ്ങനെ തൂങ്ങിക്കിടക്കുന്നു. എന്നോട് അല്പമെങ്കിലും സഹതാപ മുണ്ടെങ്കിൽ ഒന്നു താഴെ ഇറക്കിക്കിടത്താമോ?” ഉറവ വറ്റിയ കണ്ണു കളോടെ ശവം ദയനീയമായി ചോദിച്ചു.

മുകുന്ദന്റെയുള്ളിൽ സഹതാപം ഉടലെടുത്തു. കസേരയിൽ കയറിനിന്ന് തൂങ്ങിയ കയർ മുറിച്ച് ശവത്തിനെ താഴെയിട്ടു.

രാവിലെ നിറഞ്ഞ വയറും ദുർവ്വാസാവ് മഹർഷിയുടെ രൗദ്ര ഭാവം നിറഞ്ഞ മുഖവുമായി എസ്.ഐ. ഇൻക്വസ്റ്റിനായി വന്നു. മര ക്കൊമ്പിലേക്ക് നോക്കിയ എസ്.ഐ. പകച്ചുപണ്ടാരടങ്ങി. ചുവപ്പ് കണ്ട കാളയെപ്പോലെ മുക്രയിട്ട് മരത്തിനുചുറ്റും മുകളിലേക്കു നോക്കി നടന്നു. 'ബോഡി എവിടെ? മുകുന്ദാ... ബോഡി എവിടെ?"

കൺപോളകൾക്കിടയിലെ ശേഷിച്ച ഉറക്കം തിരുമ്മിക്കളഞ്ഞ് മുകുന്ദൻ എസ്.ഐയുടെ മുഖത്തേക്ക് നോക്കി.

സാറേ... അയാളൊരു ശവമാണെങ്കിലും മനുഷ്യനല്ലേ! എനിക്ക് അയാളോട് സഹതാപം തോന്നി. താഴെയിറക്കി കിടത്തിയിട്ടുണ്ട്." ദൈന്യതയോടെ മുകുന്ദൻ പറഞ്ഞു.

എസ്.ഐയുടെ ചെവിയിലെ രോമം വീണ്ടും എഴുന്നേറ്റു നിന്നു. തീ പാറുന്ന കണ്ണുകളോടെ മുകുന്ദനെ നോക്കി. തെളിവ് നശിപ്പിച്ച തിനും കൃത്യവിലോപം കാട്ടിയതിനും മുകുന്ദന് കടിച്ചാൽ പൊട്ടാത്ത വാക്കുകളോടെ മെമ്മോ കൊടുത്തു.

ശരശയ്യയിൽ കിടക്കുന്ന പിതാമഹനായ ഭീഷ്മരെപ്പോലെ സസ് പെൻഷൻ ഉത്തരവ് കാത്ത് മുകുന്ദൻ കിടന്നു. പിന്നെ ഉറക്കെ പ്രഖ്യാ പിച്ചു.

"ഇനി ഒരു ശവത്തിനെയും ഞാനായിട്ട് സഹായിക്കില്ല. ഇത് സത്യം... സത്യം... സത്യം..."

■

വാരിയർമാഷ്

വാര്യർമാഷടെ മൂക്കിന്റെ തുമ്പ് പീരങ്കിയുടെ ദ്വാരംപോലെ വട്ടത്തിലാണ്. അതുകൊണ്ടാണോയെന്ന് അറിയില്ല സ്കൂൾ പിള്ളേർ പീരങ്കിമാഷ് എന്നാണ് വിളിക്കുന്നത്. എന്നാൽ ഇന്ദിരടീച്ചറുടെ മൂക്ക് നീണ്ടതാണ്. എന്നിട്ടും അവരെ സുന്ദരിടീച്ചർ എന്നാണ് വിളിക്കുന്നത്. കാരണം അവരുടെ എണ്ണമിനുപ്പുള്ള മുഖത്തിന് കരിമഷി എഴുതിയ കണ്ണുകൾ അവരെ സുന്ദരിയാക്കുന്നു. ആ സൗന്ദര്യത്തിൽ ഭ്രമിച്ചപ്പോഴാണ് ജാതകത്തിൽ ദശാസന്ധിയുണ്ടെന്ന് ജ്യോത്സ്യൻ പറഞ്ഞിട്ടും വാര്യരുമാഷ് അവരെ കെട്ടിയതും അവരുടെ ഭർത്താവായതും.

വാരിയർമാഷ് എൽ.പി. സ്കൂളിലും ഇന്ദിരടീച്ചർ ഹൈസ്കൂളിലുമാണ് പഠിപ്പിക്കുന്നത്. അക്കാര്യത്തിൽ വാര്യർമാഷ്ക്ക് ചെറിയ ഈഗോ ഉണ്ടെന്ന് സ്റ്റാഫ്റൂമിൽ പൊതുവെ സംസാരമുണ്ട്. എന്തു ചെയ്യാം! വാര്യര് മാഷ് ടി.ടി.സി. മാത്രമേ പാസ്സായിട്ടുള്ളൂ. ഇന്ദിര ടീച്ചറാണെങ്കിൽ ബി.എഡ് പാസ്സായിട്ടുണ്ട്.

സദാസമയം പുഞ്ചിരിയുമായി നടക്കുന്ന ഇന്ദിരടീച്ചറെ കുട്ടികൾക്കെല്ലാവർക്കും ഇഷ്ടമാണ്. അത് വാര്യര്മാഷ്ക്ക് അത്രക്കങ്ങ്ട് പിടിക്കുന്നില്ല.

"നീ ഇങ്ങനെ എപ്പോഴും പല്ലിളിച്ച് നടക്കണ്ട." അരിമുറുക്ക് കടിക്കുന്ന ശബ്ദത്തോടെ വാര്യരുമാഷ് പിറുപിറുക്കും.

"മക്കളില്ലാത്ത നമുക്ക് ഈ കുട്ടികളെല്ലാം മക്കളെപ്പോലെയാണ്." ഇന്ദിരടീച്ചർ ആത്മാർത്ഥതയോടെ പറയും.

"ഹും... മക്കള്... ഊശാംതാടീം മീശയും വെച്ചു നടക്കുന്ന കള്ള നശ്ശൂലങ്ങള്, എന്നെക്കൊണ്ടൊന്നും പറയിപ്പിക്കണ്ട." വാര്യർമാഷുടെ മുഖത്തെ മാംസപേശികൾ വലിഞ്ഞുമുറുകും.

പച്ചപ്പ് നിറഞ്ഞ ഒരു ഉൾനാടൻ ഗ്രാമത്തിലെ ഏക സർക്കാർ സ്കൂളാണിത്. അതുകൊണ്ടുതന്നെ കലർപ്പില്ലാത്ത വായു ശ്വസിക്കാൻ ഭാഗ്യമുള്ളവരാണ് ഗ്രാമവാസികൾ. കാർഷികവൃത്തികൊണ്ട്

മാത്രം ജീവിക്കുന്ന കുടുംബത്തിലെ കുട്ടികളാണ് ഭൂരിഭാഗം പേരും. ഒരു ക്ലാസിൽ ചുരുങ്ങിയത് രണ്ടുകൊല്ലം വീതം പഠിക്കാത്തവർ അപൂർവ്വമാണ്. അതുകൊണ്ടുതന്നെ പത്താംക്ലാസ്സിൽ എത്തുമ്പോൾ മിക്ക കുട്ടികളും പ്രായപൂർത്തിയായിട്ടുണ്ടാകും.

ടീച്ചറുടെ തുളുമ്പുന്ന മാറിടം കണ്ടിട്ടാണോയെന്നറിയില്ല സാരിക്കിടയിലൂടെ ഊശാംതാടിയുള്ള പിള്ളേർ ഒളികണ്ണിട്ടു നോക്കാറുണ്ട്. പിള്ളേരുടെ നോട്ടം കണ്ട് വാര്യർമാഷുടെ മുഖം ചുവന്ന കശുമാങ്ങയുടെ നിറമായി മാറും. അതുകൊണ്ടാണെന്ന് തോന്നുന്നു ഊശാംതാടിയുള്ള പിള്ളേരെ കണ്ടാൽ മാഷടെ നെറ്റിയിലെ നീല ഞെരമ്പുകൾ എഴുന്നേറ്റ് നിൽക്കും പുരികങ്ങൾ വളയും. അവരെ പാഠപുസ്തകത്തിലില്ലാത്ത ചോദ്യം ചോദിച്ച് വട്ടംകറക്കി മാഷ് കണ്ടമാനം ഉപദ്രവിക്കും.

“നീ സാരി ഇത്ര ഇറക്കിക്കുത്തണ്ട.” വാര്യർമാഷ് ഈർഷ്യയോടെ പറഞ്ഞു.

“എനിക്ക് ഗ്യാസിന്റെ ഉപദ്രവമുണ്ടെന്ന് അറിയാമല്ലോ. കേറ്റിക്കുത്ത്യാൽ വയറ്റിൽ ഭയങ്കര അസ്വസ്ഥതയാ.” ടീച്ചർ വീണ്ടും ആത്മാർത്ഥതയോടെ പറഞ്ഞു.

മാഷിനേക്കാൾ പ്രായക്കൂടുതലുള്ള ബജാജ് ചേതക്ക് എന്ന പഴയ സ്കൂട്ടറിലാണ് മാഷ് സ്കൂളിൽ വരുന്നത്. അതുകൊണ്ടുതന്നെ തൊട്ടുനമസ്കരിച്ചാണ് മാഷ് സ്കൂട്ടർ രാവിലെ എടുക്കുക. പുറകിലിരിക്കുന്ന ടീച്ചർ, മാഷെ വലതുകൈക്കൊണ്ട് ചുറ്റിപ്പിടിച്ചിരിക്കും.

“ശൃംഗാരമെല്ലാം വീട്ടില്. മര്യാദയ്ക്കിരുന്നാൽ മതി.” തുരുമ്പിച്ച ഭാഷ മാഷ്ടെ നാവിൻതുമ്പിൽനിന്നും പുറത്തുവന്നു.

“മൊരടൻ, സംശയരോഗി.” ശബ്ദമില്ലാതെ ടീച്ചർ പല്ലിറുമ്മി.

സാധാരണ സ്കൂൾവളപ്പിലെ മുവാണ്ടൻമാവിന്റെ ചുവട്ടിലാണ് സ്കൂട്ടർ വെക്കുക. പിന്നെ മാവിന്റെ മുകളിലേക്ക് മാഷ് ഒന്ന് നോക്കും. തന്റെ വണ്ടിയൊന്ന് ശ്രദ്ധിക്കണമെന്നാണ് ആ നോട്ടത്തിന്റെ അർത്ഥം. അത് മുവാണ്ടൻമാവിന് അറിയുകയും ചെയ്യാം.

പതിവുപോലെ വൈകി സ്കൂൾവിട്ട് തന്റെ സ്കൂട്ടർ എടുക്കുവാൻ മുവാണ്ടൻമാവിന്റെ ചുവട്ടിലെത്തിയ മാഷ് ഞെട്ടി. താൻ അച്ഛനെപ്പോലെ ബഹുമാനിച്ചിരുന്ന സ്കൂട്ടർ കാണാനില്ല. കള്ളപ്പിള്ളേർ മാറ്റിവെച്ചിട്ടുണ്ടോ എന്നറിയാൻ സ്കൂൾവളപ്പും റോഡും മാഷ് ഓടിനടന്ന് നോക്കി. എവിടേയും കാണാനില്ല. സൂര്യനില്ലാത്ത ആകാശംപോലെ മാഷ്ടെ മുഖം മങ്ങി. സൂക്ഷിക്കാൻ ഏൽപിച്ച മുവാണ്ടൻമാവിനെ മാഷ് ഈർഷ്യയോടെ നോക്കി.

തന്റെ സ്കൂട്ടർ കാണാനില്ലെന്നും ഇവിടുത്തെ കള്ളപ്പിള്ളേർ കട്ടുകൊണ്ടുപോയതായും മാഷ് പ്രഖ്യാപിച്ചു. ഉടൻ പോലീസിനെ വിളിക്കണമെന്നും പ്രധാനാദ്ധ്യാപകനോട് വാശിയോടെ ആവശ്യപ്പെട്ടു.

"അങ്ങനെയൊന്നും കുട്ടികളെക്കുറിച്ച് പറയല്ലെ വാര്യർമാഷെ. അവർക്ക് ഇത്തിരി വികൃതിയുണ്ടെങ്കിലും അവർ മോഷണമൊന്നും നടത്തില്ല." പ്രധാനാദ്ധ്യാപകൻ സൗമ്യതയോടെ പറഞ്ഞു.

"നിങ്ങളൊന്ന് സമാധാനിക്കൂ. വല്ല കുട്ടികളും അത്യാവശ്യത്തിന് കൊണ്ടുപോയതായിരിക്കും." ഇന്ദിരടീച്ചർ സമാധാനിപ്പിക്കാൻ ശ്രമിച്ചു.

പൈശാചികഭാവത്തോടെ മാഷ് ടീച്ചറെ നോക്കി.

വാര്യരുമാഷുടെ നിർബന്ധത്തിനു വഴങ്ങി പ്രധാനാദ്ധ്യാപകൻ പോലീസിനെ വിളിച്ചു. പോലീസ് കിതച്ചെത്തി. വിവരങ്ങൾ ചോദിച്ചു മനസ്സിലാക്കി, പിന്നെ മുവാണ്ടൻമാവിന്റെ മുകളിലേക്ക് ഉറ്റുനോക്കി. നല്ല മുഴുത്ത മാങ്ങ. ഇപ്പോൾ മാങ്ങയുടെ സീസണല്ലല്ലോ എന്നിട്ടും എന്തോരം മാങ്ങ്യാ." ഹെഡ്കോൺസ്റ്റബിൾ മുകുന്ദൻ ആശ്ചര്യത്തോടെ പറഞ്ഞ് വാ പൊളിച്ചു നിന്നു.

"മരം കേറാൻ പറ്റിയ പിള്ളേരുണ്ടോ ഇവിടെ?" ഹെഡ്കോൺസ്റ്റബിൾ പൊളിച്ച വായ പൂട്ടാതെ മരത്തിലേക്ക് നോക്കി ചോദിച്ചു.

കേട്ടപാതി കേൾക്കാത്ത പാതി സകലപിള്ളേരും മരത്തിൽ പൊത്തിപ്പിടിച്ചുകയറി ചറപറ മാങ്ങ പൊട്ടിച്ച് താഴെയിട്ടു. നിറയെ മാങ്ങകളും സംതൃപ്തിയുള്ള മുഖവും 'അന്വേഷിക്കാം' എന്ന മര്യാദവാക്കും പറഞ്ഞ് പോലീസ് ജീപ്പ് മടങ്ങി.

മാഷും ടീച്ചറും പിന്നെ ബസ്സിൽ ഇടികൂടി യാത്ര ചെയ്തു. ബസ്സിൽ എത്ര തിരക്കുണ്ടെങ്കിലും ടീച്ചറുടെ അടുത്ത് ആരാണ് നിൽക്കുന്നതെന്ന് അറിയാൻ പുറകിൽ നിൽക്കുന്ന മാഷ് എത്തിവലിച്ചു നോക്കും.

ഓരോ ദിവസവും മാവിന്റെ ചുവട്ടിലേക്ക് മാഷ് ഒളിക്കണ്ണിട്ട് നോക്കും. ആവശ്യക്കാരന്റെ ആവശ്യം കഴിഞ്ഞ് തന്റെ സ്കൂട്ടർ തിരികെ മാവിനെ ഏൽപിച്ചിട്ടുണ്ടാകും എന്ന വിശ്വാസത്തോടെ.

പോലീസ് കൊണ്ടുപോയ മാങ്ങ പോലീസ്മെസ്സിൽ അച്ചാറായി രൂപം പ്രാപിച്ചു. അവർ ഉച്ചയ്ക്ക് ഊണിനും രാത്രി ടച്ചിംഗ്സിനും തൊട്ടുനക്കി. അച്ചാറിന്റെ എരിവും പുളിയും ഓരോ വട്ടവും പോലീസുകാരുടെ മുഖപേശികൾക്ക് ചുളിവു വരുത്തി. കാണാതായ സ്കൂട്ടർ കണ്ടെത്തുമെന്ന് ചുളിഞ്ഞ മുഖത്തോടെ മുകുന്ദൻപോലീസ് പ്രഖ്യാപിച്ചു.

ഒരുനാൾ അവരുടെ പ്രഖ്യാപനം സഫലമായി. വാര്യരുമാഷുടെ സ്കൂട്ടർ എടുത്ത ഊശാൻതാടിയുള്ള രണ്ടു സ്കൂൾകുട്ടികളെയും പിടികൂടി. വിവരം മലവെള്ളപ്പാച്ചിൽപ്പോലെ ഗ്രാമത്തിലെ മുക്കിലും മൂലയിലും അങ്ങാടിയിലെ രാമൻനായരുടെ ചായക്കടയിലും കുമാരന്റെ ബാർബർഷാപ്പിലും പരന്നു.

മാഷ് പരാതിയില്ലെന്ന് പറഞ്ഞ് എഴുതിക്കൊടുത്താൽ കുട്ടികളെ പറഞ്ഞുവിടാമെന്നാണ് സ്റ്റേഷനിൽനിന്നും അറിയിച്ചിട്ടുള്ളത്.

“മാഷ് ഒന്ന് മനസ്സുവെച്ചാൽ കുട്ടികളുടെ ഭാവി നമ്മളായി തുലയ്ക്കണ്ട.” പ്രധാനാദ്ധ്യാപകൻ ഭവ്യതയോടെ പറഞ്ഞു.

“വിടില്ല ഞാൻ. ഒരാളെയും വിടില്ല. സകലതിനേയും ജയിലിലാക്കും.” മുണ്ട് മാടിക്കുത്തി കറുത്ത ബാഗ് കക്ഷത്ത് തിരുകി കുടയുമായി തീ പിടിച്ചപോലെ മാഷ് പോലീസ് സ്റ്റേഷനിലേക്ക് കുതിച്ചു.

സ്റ്റേഷൻവളപ്പിൽ തുരുമ്പിച്ച വാഹനങ്ങൾക്കിടയിൽ തന്റെ സ്കൂട്ടർ വെണ്ണീറ്റുകുണ്ടിൽ കിടക്കുന്ന പട്ടിയെപ്പോലെ ചുരുണ്ടു കിടക്കുന്നതായി മാഷ് കണ്ടു.

“വാര്യർമാഷ് ആരാ?” പാറാവു നിൽക്കുന്ന പോലീസുകാരൻ തോക്ക് കുത്തിപ്പിടിച്ച് മുറ്റത്തേക്ക് തല നീട്ടി ഉറക്കെ ചോദിച്ചു.

വാര്യരുമാഷ് ഒന്ന് പകച്ചു നിന്നു.

“ഞഞ്ഞാപിഞ്ഞ കളിക്കാതെ ഇങ്ങോട്ടു വാ മാഷെ.” പാറാവുകാരൻ ആക്രോശിച്ചു.

മാടിക്കുത്തിയ മുണ്ട് അഴിച്ചിട്ട് സകലദൈവങ്ങളേയും മനസ്സിൽ ധ്യാനിച്ച് വലതുകാൽവെച്ച് സ്റ്റേഷനകത്തേക്ക് കയറി.

“ഈ നായിന്റെ മക്കളാണ് മാഷിന്റെ സ്കൂട്ടർ കട്ടത്. ഏതവനാണെങ്കിലും ഞങ്ങൾ പിടിച്ചിരിക്കും. ദുര്യോധനനെ തുടയിൽ ഗദകൊണ്ടടിച്ചുകൊന്ന ഭീമനെപ്പോലെ മുകുന്ദൻപോലീസ് മീശവിറപ്പിച്ചുപറഞ്ഞു.

പോലീസ്സ്റ്റേഷനിലെ വ്യസനമൂലയിൽ X-Dയിലെ ദിനേശനും ജോണിയും പ്രതികളായി ഇരിക്കുന്നു. മാഷ് അവരെ കുറച്ചുനേരം ഉറ്റുനോക്കി നിന്നു. കടുത്ത മനോവേദനയും കുറ്റബോധവും അവരെ വേട്ടയാടുന്നു. അവരുടെ ഈറനണിഞ്ഞ കണ്ണുകളിൽ ഭയം നിഴലിക്കുന്നുണ്ട്. ദയയ്ക്കും കാരുണ്യത്തിനും വാത്സല്യത്തിനും കേഴുന്ന മക്കളുടെ രൂപം മാഷ്ടെ മനസ്സിനെ കീഴടക്കി.

മാഷ് അവരുടെ അടുത്തേക്ക് ചെന്നു. “എന്തിനാടാ മക്കളെ അത് എടുത്തത്? എന്നോട് ചോദിച്ചാൽ ഞാൻ തരുമായിരുന്നില്ലേ?” അച്ഛന്റെ മനസ്സോടെ മാഷ് അവരെ ചേർത്തുപിടിച്ചു.

വാത്സല്യപൂർവ്വം മന്ദഹസിക്കുന്ന മാഷ്ടെ നെഞ്ചിലേക്ക് ഞെട്ടറ്റു വീണ ഇലകൾപ്പോലെ കുട്ടികൾ വിതുമ്പിക്കരഞ്ഞു ചാഞ്ഞു.

"ഓടിച്ചു പഠിക്കാൻ എടുത്തതാ മാഷെ! തിരിച്ചു കൊണ്ടുവരുന്ന വഴിയിൽ വണ്ടി കേടായി. അപ്പോഴേക്കും പോലീസ് എത്തി, ഞങ്ങൾക്ക് പേടിയായി." അവർ തേങ്ങിത്തേങ്ങി കരഞ്ഞു.

കർക്കശക്കാരനായ മാഷ് സ്വയം ശപിച്ച് കണ്ണടച്ച് നിന്നു.

"എനിക്ക് പരാതിയില്ല സാറേ. കുട്ടികളെ എനിക്ക് വിട്ടുതരണം." മാഷ് സ്റ്റേഷൻ അധികാരിയോട് ആവശ്യപ്പെട്ടു.

"ഇത് കളവുകേസാണ് മാഷെ. IPC 379 വകുപ്പ്. ജയിലിൽ പോകുന്ന കേസാ! ഇത് ഒതുക്കിത്തീർത്താൽ എന്റെ ജോലിയെ ബാധിക്കും." സ്റ്റേഷൻ അധികാരി സഹതാപത്തിന് മുഖം കൊടുക്കാതെ പറഞ്ഞു.

"സാർ... ഈ കളവിന് ഞാനും എന്റെ സ്കൂളിലെ മറ്റു അദ്ധ്യാപകരും കൂട്ടാളികളാണ്. കുട്ടികളെ പാഠപുസ്തകത്തിലെ വരികൾ മാത്രമേ ഞങ്ങൾ പഠിപ്പിച്ചുള്ളൂ. എങ്ങനെ നല്ലൊരു മനുഷ്യനാകാമെന്ന് പഠിപ്പിച്ചില്ല. എല്ലാ വിഷയത്തിലും എ പ്ലസ് കിട്ടിയാൽ വിദ്യാഭ്യാസം നേടിയെന്ന് കരുതരുത്. ഒപ്പം പൗരബോധവും വളർത്തണം. ഇവിടെ ഞങ്ങൾക്ക് തെറ്റുപറ്റി."

കഥകളിയിലെ മുദ്ര മനസ്സിലാകാതെ മിഴിച്ചിരിക്കുന്ന സായ്പിനെപ്പോലെ സ്റ്റേഷൻ അധികാരി മാഷെ മിഴിച്ചുനോക്കി. പിന്നെ ചുമരിലെ മഹാത്മാഗാന്ധിയുടെ ഫോട്ടോയിലേക്ക് നോക്കി.

കുട്ടികളെ ചേർത്തുപിടിച്ച് മാഷ് പുറത്തേക്ക് ഇറങ്ങി നീട്ടിവലിച്ചു നടന്നു.

"മാഷെ സ്കൂട്ടർ..." കുട്ടികൾ ഓർമ്മപ്പെടുത്തി.

"വേണ്ട. ആ സ്കൂട്ടർ ഇനി നമുക്ക് വേണ്ട."

■

വെളുക്കാൻ തേച്ചത് പാണ്ടായി

"**വെ**ളുക്കാൻ തേച്ചത് പാണ്ടായി എന്ന് കേട്ടിട്ടുണ്ടോ?"

"അതൊരു പഴഞ്ചൊല്ലല്ലേ?"

പഴഞ്ചൊല്ലിൽ പതിരില്ല എന്നും കേട്ടിട്ടുണ്ട്. പക്ഷേ ഇവിടെ സർക്കാരാണ് വെളുക്കാൻ തേച്ചത്. എന്നാൽ പാണ്ടായത് മുകുന്ദൻപോലീസിന്റെ ജീവിതമാണെന്ന് മാത്രം. അത് സർക്കാരിന് അറിയേണ്ട കാര്യവുമില്ല. കാരണം മുകുന്ദൻപോലീസിന്റെ പാണ്ട് അയാൾതന്നെ അനുഭവിക്കണം.

"നിങ്ങൾ വളച്ചൊടിക്കാതെ കാര്യം പറ."

"പോലീസും പൊതുജനങ്ങളും തമ്മിലുള്ള ബന്ധം ആരോഗ്യകരമാക്കാൻ സർക്കാർ കൊണ്ടുവന്ന പദ്ധതിയാണത്രേ ജനമൈത്രി പോലീസ് പദ്ധതി. ഓരോ പോലീസുകാരനും ഓരോ ബീറ്റ് ഏരിയ കൊടുക്കും. അയാൾ അവിടുത്തെ ജനങ്ങളുമായി നല്ല ആത്മബന്ധം ഉണ്ടാക്കണം. അതിന് അവരുടെ വീടുകൾ കയറിയിറങ്ങി പരസ്പരം പരിചയപ്പെട്ട് എന്ത് ആവശ്യമുണ്ടെങ്കിലും ഏത് പാതിരാത്രിക്കും പോലീസിനെ വിളിക്കാൻ മടികാണിക്കേണ്ട എന്ന് വാഗ്ദാനം നല്കണം. അങ്ങനെ ആ നാടിന്റെയും നാട്ടുകാരുടേയും വിശ്വാസം ആർജിക്കണം. ഇതാണ് ജനമൈത്രി പോലീസിന്റെ മനോഹരമായ ആശയം."

"ഓ... അതൊക്കെ ഞങ്ങൾ കുറെ കേട്ടിട്ടുണ്ട്. നിങ്ങൾ മുകുന്ദൻ പോലീസിന്റെ ജീവിതം പാണ്ടായത് എങ്ങനെയെന്ന് പറ."

ആ ആശയത്തിന്റെ അടിസ്ഥാനത്തിൽ മുകുന്ദൻപോലീസിനും കിട്ടി ഒരു ബീറ്റ് ഏരിയ. സ്വന്തമായി ഒരു ഏരിയ കിട്ടിയപ്പോൾ തേയില എസ്റ്റേറ്റിലെ സൂപ്പർവൈസർ ബുള്ളറ്റിൽ സഞ്ചരിക്കുന്നപോലെ തന്റെ ഹീറോഹോണ്ട മോട്ടോർസൈക്കിളിൽ മുഖം കനപ്പിച്ച് ഇടയ്ക്കിടെ സഞ്ചരിക്കും. വീടുവീടാന്തരം കയറിയിറങ്ങി തന്റെ

ഫോൺനമ്പർ കൊടുക്കും. ഏത് പാതിരാത്രിക്കും ഏത് ആവശ്യത്തിനും തന്നെ വിളിക്കാൻ മടികാണിക്കണ്ടായെന്ന് ഓരോ വീട്ടുകാരോടും അവരുടെ സംരക്ഷകനെപ്പോലെ മുകുന്ദൻപോലീസ് ഞെളിഞ്ഞ്നിന്നു പറഞ്ഞു.

ഇതിനിടെ പല ഡ്യൂട്ടികളും പല സമയത്തും ചെയ്ത് ക്ഷീണിതനായി വീട്ടിൽ വന്ന മുകുന്ദൻപോലീസ് കിടന്നപാടേ ഉറങ്ങിപ്പോയി. വെറുതെ ഉറങ്ങുകയല്ല കാഴ്ചബംഗ്ലാവിലെ സിംഹത്തിന്റെ ഗർജ്ജനംപോലെ കൂർക്കംവലിച്ചാണ് ഉറങ്ങുന്നത്.

അപ്പോഴാണ് വില്ലനെപ്പോലെ ഫോൺ ശബ്ദിച്ചത്. ആ വില്ലനെ കിടന്നുക്കൊണ്ടുതന്നെ ചെവിയിലേക്ക് ചേർത്തുവെച്ചു.

"ഹലോ..."

"ഹലോ... മുകുന്ദൻസാറല്ലേ?"

"അതെ. ആരാ?"

"ഞാൻ ആർത്താറ്റ് നിന്നും മിനിയാണ്."

"ഏത് മിനി?"

"സാറ് അന്ന് വീട്ടിൽ വന്നപ്പോൾ എനിക്ക് ഫോൺനമ്പർ തന്നില്ലേ?"

"അതിനിപ്പോ ഞാൻ എന്തു വേണം?"

"ഞാൻ ഇവിടെ ഒറ്റയ്ക്കാണ്. കറന്റും പോയി."

"അത് എന്നോട് എന്തിനാണ് പറയുന്നത്?"

"അല്ലാ... സാറ് പറഞ്ഞില്ലേ, എന്തു ആവശ്യമുണ്ടെങ്കിലും വിളിച്ചോളാൻ. അതുകൊണ്ട് വിളിച്ചതാണ്."

"നിങ്ങൾക്ക് ഇപ്പോ എന്താ വേണ്ടത്?"

"അല്ലാ... കറൻറ്റ്..."

"കറന്റില്ലെങ്കിൽ നിങ്ങൾ KSEBയെ വിളിക്കണം. അല്ലാതെ എന്നെ..."

മുകുന്ദൻപോലീസിന് പൂർത്തീകരിക്കാൻ കഴിഞ്ഞില്ല അതിന് മുൻപ് മുടി വാരിവലിച്ചുകെട്ടി പരുന്തിനെ കണ്ട പിടക്കോഴിയെപ്പോലെ ശൗര്യം പ്രകടിപ്പിച്ച് ഭാര്യ ചാടി ഉണർന്നു. ഭാര്യയുടെ രൗദ്രഭാവം കണ്ട മുകുന്ദൻപോലീസിന്റെ കൈയിൽനിന്നും ഫോൺ താഴെ വീണു.

"ആരാണ് ഈ പാതിരാത്രിക്ക്?" മരമില്ലിലെ മരം അറക്കുന്ന ശബ്ദത്തോടെ ഭാര്യ രൂക്ഷമായി ചോദിച്ചു.

ഭാര്യയുടെ ചോദ്യവും നോട്ടവും കണ്ടപ്പോൾ മുകുന്ദൻപോലീസ് ഒന്നു കിടുങ്ങി. തലച്ചോറിനകത്ത് ഒരു കറുത്ത പുക രൂപംകൊണ്ടു. കരിമരുന്നിനടുത്ത് തീപ്പെട്ടി ഉരച്ചാലുണ്ടാകുന്ന അപകടം മനസ്സിൽ കണ്ടു.

പോലീസ് സ്റ്റേഷനിൽനിന്നാണെന്ന് ഒഴുക്കൻമട്ടിൽ പറഞ്ഞ് മുകുന്ദൻപോലീസ് തിരിഞ്ഞുകിടക്കാൻ നോക്കി.

"ഉം... ഉം... എന്നെ പൊട്ട്യാക്കാ. ഞാൻ എല്ലാം കേട്ടു. ആർത്താറ്റ് നിന്നും മിനിയാണത്രെ. മിനി! അവൾ അവിടെ ഒറ്റയ്ക്കാണെന്ന്! പോയി കൂട്ടിന് കിടക്ക് മനുഷ്യാ. കണ്ണിക്കണ്ട തേവിടിശ്ശി പ്പെണ്ണുങ്ങൾക്ക് ഫോൺനമ്പർ കൊടുത്തു വന്നിരിക്ക്യാ. വൃത്തി കെട്ട മനുഷ്യൻ."

അഗ്നിപർവ്വതം പൊട്ടി ചുടുലാവ ഒഴുകിത്തുടങ്ങി.

"അല്ലാ... മോളേ, ഈ ജനമൈത്രിയുടെ ഭാഗമായി..."

സംഭവം ലഘൂകരിക്കാൻ മോളേ... എന്നുവരെ വിളിച്ച് ഒരു ചന്ദ്രിക സോപ്പ് മുഴുവൻ പതപ്പിച്ചുനോക്കിയെങ്കിലും അലിയാത്ത 501 ബാർസോപ്പുപ്പോലെ കട്ടയ്ക്ക് നിൽക്കുകയാണ് മുകുന്ദന്റെ ഭാര്യ.

"ഉം... ഇത് ജനമൈത്രിയല്ല, മറ്റെമൈത്രിയാ. ഉം.... എന്നെക്കൊണ്ടൊന്നും പറയിപ്പിക്കണ്ടാ. ഉം... ഉം..." ചരക്കുലോറി കുതിരാൻകയറ്റം കയറുന്നപോലെ മുക്കി മുക്കി പുലമ്പിക്കൊണ്ടിരുന്നു.

"നീ ഇങ്ങനെ എപ്പോഴും മുക്കല്ലേ? വല്ല മൂലക്കുരും വരും."

"ഇതിലും ഭേദം വല്ല മൂലക്കുരും വന്ന് ചത്തുപോയാ മതി."

"മൂലക്കുരു വന്നാൽ ചാവില്ലടീ. അത് ഇടയ്ക്ക് പൊട്ടി ചോരയൊലിക്കുകയേയുള്ളൂ. പ്രാന്തത്തി!" പിശാച് ശരീരത്തിലൂടെ കയറിയപോലെ മുകുന്ദൻപോലീസും വിറകൊണ്ടു നിന്നു.

"ഉം... അതെ എനിക്ക് പ്രാന്താ. എന്നെ പ്രാന്തത്തിയാക്കി വല്ല പ്രാന്താസ്പത്രിയിലും കൊണ്ടടയ്ക്ക്. എന്നിട്ട് അവളെയുംകൂട്ടി ജീവിക്ക്."

അഗ്നിപർവ്വതങ്ങൾ വീണ്ടും വീണ്ടും പൊട്ടി. വെടിക്കെട്ടു കഴിഞ്ഞ പൂരപ്പറമ്പുപോലെ അലങ്കോലമായ മുഖത്തോടെ ഭാര്യ മുറിയിൽ നിന്നുമിറങ്ങിപ്പോയി.

വാട്ടർ അതോറിറ്റിയുടെ പൈപ്പ് പൊട്ടി വെള്ളം ചീറ്റിപോകുന്ന പോലെ മുകുന്ദൻപോലീസിന്റെ ഉറക്കം ചീറ്റിപ്പോയി. മച്ചിൽ ഞാന്നു കിടന്ന് കറങ്ങുന്ന സീലിംഗ് ഫാനിലേക്ക് അയാൾ വെറുതെ നോക്കി കിടന്നു.

അടക്കിപ്പിടിച്ച ചിരിയോടെ ഫാൻ കറങ്ങുന്നു.

"എല്ലാം കാണുകയും കേൾക്കുകയും ചെയ്യുന്ന നീ അഹങ്കരിക്കല്ലേ. മെയിൻസ്വിച്ചിലെ ഫ്യൂസ് ഒന്ന് ഊരിയാൽ മതി. കഴിഞ്ഞു നിന്റെ കത്തിക്കല്." തളയ്ക്കപ്പെട്ട മൃഗത്തിന്റെ ദയനീയ മുഖത്തോടെ മുകുന്ദൻപോലീസ് പിറുപിറുത്തു.

"എന്താ മുകുന്ദേട്ടാ. ഞാൻ എന്ത് തെറ്റാ ചെയ്തത്? അങ്ങാടി തോറ്റാൽ അമ്മയോട് എന്നുപറഞ്ഞപ്പോലെ. ചേച്ചി കന്നംകടിച്ച് മെക്കട്ട് കേറ്യേന് എന്നോട് ദേഷ്യപ്പെട്ടിട്ട് എന്താ കാര്യം?"

അടക്കിപ്പിടിച്ച ചിരിയോടെ അവൻ വീണ്ടും കറങ്ങിക്കൊണ്ടിരുന്നു.

ഇത്രയൊക്കെയായിട്ടും മുകുന്ദൻപോലീസിന് ഭാര്യയോട് പിണക്കമില്ല, ജനമൈത്രി രൂപകല്പന ചെയ്ത സർക്കാരിനോട് പിണക്കമില്ല, അടക്കിപ്പിടിച്ചു ചിരിക്കുന്ന സീലിംഗ്ഫാനിനോട് പിണക്കമില്ല, എന്തിനുപറയുന്നു പഞ്ചായത്ത് റോഡിലെ സർവ്വെക്കല്ലിനോടുപോലും പിണക്കമില്ല.

■

സതീശന്റെ കല്യാണം

കുംഭമാസത്തിൽ ഭരണിനാളിലാണ് സതീശൻ ജനിച്ചത്. അതുകൊണ്ടാണോ എന്നറിയില്ല അയാളുടെ ശരീരപ്രകൃതിയും ഏതാണ്ട് ഉപ്പുമാങ്ങഭരണിപോലെയാണ്. പക്ഷേ ജാതകത്തിൽ ചൊവ്വാദോഷമോ ശനിയുടെ അപഹാരമോ ഇല്ല. എന്നിട്ടും സതീശനെ കെട്ടാൻ പെണ്ണുങ്ങൾ തയ്യാറാകുന്നില്ല. ഈ കുടവയറും വെച്ച് അയാൾ എന്ത് ചെയ്യാനാണ്? അയാൾക്ക് മുന്നിൽ ചായയുമായി വരുന്ന ഓരോ പെണ്ണുങ്ങളും ഒളികണ്ണിട്ടുനോക്കി സംശയിക്കുകയാണ്.

കുംഭമാസത്തിൽ ജനിച്ചതുകൊണ്ടാണ് തനിക്ക് കുംഭ വന്നതെന്നും അല്ലാതെ കള്ളുകുടിച്ചിട്ടല്ലെന്നും സതീശൻ പെണ്ണുകാണൽ ചടങ്ങിനിടയിൽ പെണ്ണിനോട് ആണയിട്ടു പറഞ്ഞു. അതുകേട്ട് കാൽവിരൽകൊണ്ട് കളംവരച്ചുനിന്ന പെണ്ണ് വാ പൊത്തി ചിരിച്ചു.

ഇപ്പോൾ അയാൾക്ക് 40 വയസ്സിന് മേലേയായി. മകനെ കെട്ടിക്കാൻ വളരെ താൽപര്യം കാണിച്ചിരുന്ന സതീശന്റെ അമ്മ നേരത്തെ മരിച്ചു. അച്ഛൻ കിടപ്പിലുമായി. കെട്ടിച്ചുവിട്ട പെങ്ങൾക്ക് സതീശനെ കെട്ടിക്കണമെന്നും ഒന്ന് നാത്തൂനായി വിലസണമെന്നും മോഹമുണ്ട്. ആ മോഹത്താൽ സതീശനേയും കൂട്ടി പല വീടുകളിലുംപോയി പെണ്ണുകാണലും ചായകുടിക്കലും തകൃതിയായി നടത്തി. പക്ഷേ കല്യാണം മാത്രം നടന്നില്ല. കാലങ്ങളായി ലഡു, ജിലേബി, മിക്സ്ചർ, കായവറവ് മുതലായ എണ്ണപ്പലഹാരങ്ങൾ കഴിച്ച് സതീശന്റെ നിലവിലെ കുടവയർ ഹനുമാനുപോലും പൊക്കാൻ പറ്റാത്തവിധം ഒരു മലപോലെ വളർന്നു.

പെങ്ങളുടെ കെട്ട്യോൻതന്നെ ഉടക്ക് വെക്കുന്നതുകൊണ്ടാണ് കല്യാണം മുടങ്ങുന്നതെന്ന് സന്ധ്യനേരത്ത് ഭഗവതിയെ തൊഴാൻ വന്ന പെണ്ണുങ്ങൾ നടക്കൽനിന്നുകൊണ്ട് കുശുകുശുപ്പോടെ പറഞ്ഞു.

പെണ്ണുങ്ങളുടെ കുശുകുശുപ്പ് കേട്ടിട്ടാണെന്ന് തോന്നുന്നു ദീപാരാധനയിൽ ശ്രദ്ധിക്കാതെ ഭഗവതി ചെവിവട്ടം പിടിച്ചിരുന്നു.

മാത്രമല്ല വല്ലാത്ത കൗതുകത്തോടെ കുശുകുശുക്കുന്ന പെണ്ണുങ്ങളെ ഇടംകണ്ണിട്ടു നോക്കി. ഭഗവതിയും ഒരു പെണ്ണാണല്ലോ!

തന്റെ കെട്ട്യോനാണ് ആങ്ങളയുടെ കല്യാണം മുടക്കുന്നതെന്നറിഞ്ഞ പെങ്ങൾ ഭദ്രകാളിക്ക് ഭ്രാന്തുവന്നപോലെ തുള്ളി. അത്താഴം കഴിഞ്ഞ് എച്ചിൽപാത്രംപോലും കഴുകാതെ കിടപ്പുമുറിയിൽ എത്തിയ പെണ്ണുമ്പിള്ള കെട്ട്യോനെ തൊടാതെ 'ഗ' പോലെ കിടന്നു.

കലികയറിയ പെണ്ണുമ്പിള്ളയുടെ അടുത്ത് പുലിപോലെ നിന്നിട്ട് കാര്യമില്ലെന്നറിയാവുന്ന കെട്ട്യോൻ അവളുടെ അടുത്ത് മൃദുസമീപനത്തോടെ ചേർന്നുകിടന്നു.

'എടീ കുടവയറുകാരനാണെങ്കിലും അവൻ കെട്ടിയാലും അവന് ക്ടാങ്ങള് ഉണ്ടാകും. പിന്നെ ഈ ഇരിക്കണ പറമ്പും വീടും അവന്റെ ഭാര്യയ്ക്കും പിള്ളേർക്കുമായി മാറും. നിനക്കും കുട്ടികൾക്കും ഒരു തേങ്ങേം കിട്ടില്ല. നിങ്ങൾ അല്ലലില്ലാതെ ജീവിക്കുന്നതിനുവേണ്ടിയാണ് ഞാൻ ഓരോ കളികൾ കളിക്കുന്നത്." മധുരവാക്കുകളോടെ അവളുടെ ചെവിയിൽ മൃദുവായി കടിച്ച് ശൃംഗാരസ്വരത്തിൽ അയാൾ മൊഴിഞ്ഞു.

അടയിരിക്കണ കോഴിയെപ്പോലെ മക്കളെ കെട്ടിപ്പിടിച്ചു കിടക്കുന്ന അവളുടെ തലയിലേക്ക് കെട്ടിയോന്റെ വാക്കുകൾ ഇഴഞ്ഞും നുഴഞ്ഞും കയറി.

ഭാവിയിൽ തന്റെ മക്കൾ കഷ്ടപ്പെടാതിരിക്കാൻ ആങ്ങള അഞ്ഞൂറാന്റെ മകനായി പെണ്ണുകെട്ടാതിരിക്കുന്നതാണ് നല്ലതെന്ന് അവളുടെ തലച്ചോറിലും കുബുദ്ധി കുമിഞ്ഞുകൂടി. കെട്ടിയോന്റെ കുരുട്ടുബുദ്ധി അപാരംതന്നെ. അവൾ തിരിഞ്ഞുകിടന്ന് കെട്ട്യോനെ പുണർന്നു. ബ്രാണ്ടിയുടെയും പുളിച്ച സാമ്പാറിന്റെയും കൂട്ടിക്കലർത്തിയ മണം അവൾ ആസ്വദിച്ചു.

ചുരുക്കം പറഞ്ഞാൽ സതീശൻ ഇപ്പോഴും പെണ്ണുകെട്ടാതെ ജീവിക്കുന്നു.

കിടപ്പിലായ അച്ഛനെ ശുശ്രൂഷിച്ചും സൂര്യോദയം മുതൽ അസ്തമയംവരെ കഷായക്കലം അടുപ്പത്ത് വെച്ച് ഇടങ്ങഴികഷായം നാഴിയാക്കി വറ്റിച്ച് മൂന്നുനേരം അച്ഛന് കൊടുത്തുകൊണ്ടുമിരിക്കുന്നു. ദിവസങ്ങൾ ആഴ്ചകളായും ആഴ്ചകൾ മാസങ്ങളായും മാസങ്ങൾ വർഷങ്ങളായും മുന്നോട്ടു പോയി. സതീശന്റെ പ്രായവും വയറും ഒപ്പം ഉയർന്നു.

"അച്ഛനെ നോക്കാൻ നീ ഒരു ഹോംനഴ്സിനെ വെക്കടാ." അടുത്ത സുഹൃത്തുക്കളിൽ പലരും ഉപദേശവും നിർദ്ദേശവും

കൊടുത്തുകൊണ്ടിരുന്നു. അങ്ങനെയാണ് ജാനകി എന്നു പേരുള്ള ഹോംനഴ്സ് സതീശന്റെ വീട്ടിലേക്ക് പാദസരമണിഞ്ഞ വലതുകാൽ വെച്ച് കയറിവന്നത്. ഇരുചെവിയുടേയും മുകൾഭാഗം മുതൽ അടി ഭാഗംവരെ വരിവരിയായി നെറ്റിപ്പട്ടംപോലെ കാതുകുത്തിയിട്ടുണ്ട്. മൂലോടുകൾ നിരങ്ങിയപോലെ പല്ലുകൾക്ക് വിടവുകളുണ്ടെങ്കിലും മൊത്തത്തിൽ ഒരു ആനച്ചന്തം ഉണ്ട്.

കിടപ്പിലായ അച്ഛനെ അവൾ തുടക്കത്തിൽ പൊന്നുപോലെ ശുശ്രൂഷിച്ചു. ഒപ്പം സതീശനെയും ശുശ്രൂഷിക്കാൻ തുടങ്ങി. പിന്നെ അച്ഛനേക്കാൾ കൂടുതൽ സതീശനെ ശുശ്രൂഷിക്കാൻ തുടങ്ങി. വൈകാതെ അച്ഛനെ വകവെക്കാതായി. അവളുടെ ശുശ്രൂഷയിൽ സതീശൻ മതിമറന്നു. അടുപ്പത്തുള്ള കഷായക്കലം വറ്റിയത് ഹോം നഴ്സും അയാളും അറിഞ്ഞില്ല.

ഹോംനഴ്സ് ജാനകിയുടെ ഗർഭത്തിന് സതീശനാണ് ഉത്തര വാദിയെന്ന് അവളുടെ ആങ്ങളമാരെന്ന് പറയുന്നവർ തറപ്പിച്ചു പറഞ്ഞപ്പോൾ സതീശൻ ഞെട്ടി. ഇത് എപ്പോ? അയാൾ സ്വയം ചോദിച്ചു. ഹോംനഴ്സാണെങ്കിൽ ഒന്നും പറയുന്നില്ല, അവൾ കര യുകയും മൂക്ക് പിഴിയുകയും മാത്രം ചെയ്തുകൊണ്ടേയിരുന്നു.

ഉടൻ അവളെ വിവാഹം കഴിക്കണമെന്നും ഇല്ലെങ്കിൽ പീഡന ത്തിന് കേസ്സുകൊടുക്കുമെന്നും വന്നവർ ഭീഷണി തുടങ്ങി.

അവൾ എന്നേക്കാൾ പ്രായമുണ്ടെന്നും പിന്നെ ഞാനെങ്ങനെ കെട്ടുമെന്നും സതീശൻ നിഷ്കളങ്കനായി ചോദിച്ചു.

വയറ്റിലുണ്ടാക്കാൻ പ്രായമൊരു പ്രശ്നമല്ലെന്ന് ആങ്ങളമാരായ വർ വാദിച്ചു. അവർ അയാളെ വിചാരണ ചെയ്തു. മാത്രമല്ല സതീ ശനെ രജിസ്ട്രാർ ഓഫീസിലേക്ക് കൂട്ടിക്കൊണ്ടുപോയി ഹോം നഴ്സ് ജാനകിയുമായി വിവാഹം രജിസ്റ്റർ ചെയ്യിപ്പിച്ചു. രജിസ്ട്രാർ ഓഫീസിലെ ജീവനക്കാർക്ക് ലഡു വിതരണം ചെയ്തു. രജിസ്ട്രാർ ഇരുവരുടെയും തലയിൽ കൈവെച്ച് അനുഗ്രഹിക്കുമ്പോഴും മുഖത്ത് ഒരു അശ്ലീലച്ചിരി വിരിയുന്നുണ്ടായിരുന്നു.

അങ്ങനെ സതീശനും പെണ്ണ് കെട്ടി.

ഹോംനഴ്സ് വീട്ടമ്മയായി. വരുന്നവരോടും പോകുന്നവരോടും തന്റെ പേര് ജാനകി സതീശൻ എന്നാണെന്ന് അവൾ വിളംബരം ചെയ്തു. അവൾ സതീശനെ ഭരിച്ചു, അച്ഛനെ അവഗണിച്ചു, നാത്തൂനെ ഏഴയലക്കത്തേക്ക് കടത്തിയില്ല.

അച്ഛനെ നോക്കാൻ പുതിയ ഹോംനഴ്സിനെ വേണമെന്ന് ജാനകി സതീശൻ ആവശ്യപ്പെട്ടു. അതും ആൺനഴ്സായിരിക്കണ മെന്നും നിബന്ധന വെച്ചു. ഇനി ഒരു പെണ്ണൊരുത്തി ഹോം

നഴ്സായി വന്നാൽ അവളും വീട്ടമ്മയായാലോയെന്ന് അവൾ ആശങ്കപ്പെട്ടു.

ആണൊരുത്തനെ ഹോംനഴ്സായി നിയമിക്കാൻ സതീശനും തയ്യാറല്ലായിരുന്നു. ഇനിയൊരു ആങ്ങളയെ സഹിക്കാൻ അയാളും ഒരുക്കമല്ലായിരുന്നു. ഇതുവരെ വന്നവരൊന്നും യഥാർത്ഥ ആങ്ങളമാരായിരുന്നില്ല. കള്ളഗർഭത്തിന്റെ ഉത്തരവാദിത്തം തന്റെ തലയിൽ കെട്ടിവെച്ചവരായിരുന്നു അവർ. ഇടിവെട്ടിയവനെ പാമ്പുകടിച്ച പോലെ സതീശൻ നിരാശയിലായിരുന്നു.

അങ്ങനെയാണ് 16 വയസ്സുള്ള ബിജുക്കുട്ടനെ അച്ഛനെ നോക്കാനായി നിയമിച്ചത്. സതീശൻ ഇല്ലാത്ത സമയം ജാനകിക്കൊച്ചമ്മയെ കാണാൻ മാറി മാറി വരുന്ന ആങ്ങളമാരെക്കുറിച്ച് ബിജുക്കുട്ടൻ പ്രായത്തിൽ കവിഞ്ഞ് ചിന്തിക്കാൻ തുടങ്ങി.

ഒരു ദിവസം ഒന്നര പവന്റെ മാലയുമായി ബിജുക്കുട്ടൻ മുങ്ങി. പരാതിയുമായി ജാനകിയും സതീശനും പോലീസ്സ്റ്റേഷനിൽ കയറിയിറങ്ങി. അധികം വൈകാതെ മുകുന്ദൻപോലീസ് ബിജുക്കുട്ടനെ പൊക്കി സ്റ്റേഷനിൽ കൊണ്ടുവന്നു.

പോലീസ് സ്റ്റേഷനിലെ വരാന്തയിൽ വെച്ച് ബിജുക്കുട്ടൻ ജാനകിക്കൊച്ചമ്മയുടെ ചെവിയിൽ എന്തോ രഹസ്യം പറഞ്ഞു. ആ രഹസ്യം പരസ്യമാക്കുമെന്ന ഭീഷണിയിൽ ജാനകിക്കൊച്ചമ്മയുടെ മുഖം വിളറി.

"സാറെ... ഞങ്ങൾക്ക് പരാതിയൊന്നും ഇല്ല. ഇവൻ പാവമാണ്. ഇവനെ പറഞ്ഞുവിട്ടോളൂ." ജാനകി സതീശൻ ബിജുക്കുട്ടനു വേണ്ടി വാദിച്ചു.

മുകുന്ദൻപോലീസിന്റെ ചെവിയിലെ രോമം എഴുന്നേറ്റ് നിന്നു. അയാൾ ജാനകി സതീശന് നേരെ കുരച്ചു.

"സ്ത്രീകളോട് മോശമായി പെരുമാറിയാലുള്ള ഭവിഷ്യത്ത് സാറിന് അറിയാമല്ലോ?" ജാനകി തിരിച്ചു കുരച്ചു.

മുകുന്ദൻപോലീസിന്റെ ചെവിയിലെ രോമം വീണ്ടും ഒടിഞ്ഞു താഴ്ന്നുകിടന്നു. പ്രായപൂർത്തിയാകാത്ത കുട്ടിയെ കസ്റ്റഡിയിൽ എടുത്ത് പോലീസ്സ്റ്റേഷനിലേക്ക് കൂട്ടിക്കൊണ്ടുവന്ന മുകുന്ദൻ പോലീസിനെതിരെ നടപടി ആവശ്യപ്പെട്ട് ദൃശ്യമാധ്യമങ്ങൾ രംഗത്തു വന്നു. ഒരു ചാകര കിട്ടിയ സന്തോഷത്താൽ അവർ അന്തിച്ചർച്ചയ്ക്കുള്ള ഒരുക്കങ്ങൾ തുടങ്ങി.

ജാനകിക്കൊച്ചമ്മയുടെ ചെവിയിൽ ബിജുക്കുട്ടൻ എന്താണ് പറഞ്ഞതെന്നറിയാതെ മുകുന്ദൻപോലീസും സതീശനും പരസ്പരം നോക്കി നെടുവീർപ്പിട്ടു.

■

അക്കിടി പറ്റിയ മുകുന്ദൻപോലീസ്

സബ്ബ് ഇൻസ്പെക്ടർ വട്ടംകറങ്ങണ കസേരയിലിരുന്നു മുകുന്ദാ... മുകുന്ദാ... എന്ന് നീട്ടിവിളിച്ച് ഒച്ചവെച്ചു. ഒപ്പം മേശപ്പുറത്തിരിക്കുന്ന ഞെക്കുമണിയിൽ നിർത്താതെ ഞെക്കി കോലാഹലമുണ്ടാക്കി. മുറിയിലെ കോലാഹലത്തിൽ അസ്വസ്ഥത വന്ന എസ്.ഐയുടെ തലയ്ക്ക് മുകളിൽ ചുമരിൽ തൂക്കിയിട്ട മഹാത്മജിയുടെ പുഞ്ചിരിക്കുന്ന മുഖം വാടി. കൈക്കൂലി വാങ്ങി ക്രമക്കേടു കാണിക്കുന്ന എസ്.ഐമാരെ കണ്ടു മടുത്ത മഹാത്മജി ഇപ്പോൾ നിരാശയോടെ തല ഒരു വശത്തേക്ക് തിരിച്ചുപിടിച്ചാണ് ഇരുപ്പ്.

സർ... എന്നു പറഞ്ഞ് പ്രോസസ് ഡ്യൂട്ടി ചെയ്യുന്ന മുകുന്ദൻ പോലീസ് ഹാഫ് ഡോർ വലിച്ചുതുറന്ന് സബ്ബ് ഇൻസ്പെക്ടറുടെ മുറിയിൽ ഹാജരായി. ഒപ്പം ഒരു സല്യൂട്ടും കാച്ചി. പിന്നെ ബഹുമാനമുണ്ടെന്ന് കാണിക്കാനായി വെറുതെ വളഞ്ഞ് ഒടിഞ്ഞുനിന്നു.

“ടോ മുകുന്ദാ... താൻ വാറണ്ടിലെ പ്രതികളെയൊന്നും പിടിക്കുന്നില്ല എന്നു പറഞ്ഞ് സി.ഐ. ഇപ്പോൾ എന്നെ വഴക്ക് പറഞ്ഞതേയുള്ളൂ. താൻ ഇന്ന് എങ്ങനെങ്കിലും ഒരു പ്രതിയെ പിടിക്കണം. വെറുതെ ബാഗും കക്ഷത്ത് വെച്ച് തേരാപാരാ നടന്നാൽ പോര.” ഡൈ ചെയ്ത മീശ തലോടി നെറ്റി ചുളിച്ച് എസ്.ഐ. നീരസത്തോടെ പറഞ്ഞു.

നോക്കാം സർ എന്നു പറഞ്ഞ് വീണ്ടും ഒരു സല്യൂട്ട് ഫ്രീയായി കൊടുത്ത് മുകുന്ദൻപോലീസ് പുറത്തുകടന്നു. ഇയാൾക്ക് വേറെ പണിയൊന്നുമില്ലേ? വാറണ്ടിലെ പ്രതികൾ പല്ലിളിച്ച് പോലീസിനെ കാത്ത് കുത്തിരിക്കല്ലെ. മുകന്ദൻപോലീസ് പിറുപിറുത്തു. പിന്നെ സമൻസുകളും വാറണ്ടുകളും ബാഗിൽ കുത്തിക്കേറ്റി സ്റ്റേഷന് പുറത്ത് കടന്നു. ഇന്ന് എന്തായാലും മാരാരുശശിയെ തപ്പി പോകാം. കുറെക്കാലമായി അവൻ എന്നെ പറ്റിക്കുന്നു. മുകന്ദൻപോലീസ്

മനസ്സിൽ ദൃഢപ്രതിജ്ഞ എടുത്ത് നേരെ കറുകശ്ശേരി ലക്ഷ്യമാക്കി നീങ്ങി. കറുകശ്ശേരി കവലയിൽ എത്തി പരിസരം വീക്ഷിച്ചു. വലിയ തിരക്കുള്ള കവലയൊന്നുമല്ല. മൂന്നുനാല് കടകളും രണ്ട് ഓട്ടോ റിക്ഷകളും കിടക്കുന്നുണ്ട്. വിവാഹം കഴിക്കാമെന്ന് വാഗ്ദാനം നൽകി കന്നിമാസത്തിലെ പീഡനത്തിന് ഇരയായി ചതിക്കപ്പെട്ട പൂർണ്ണ ഗർഭിണിയായ ഒരു പട്ടി ക്ഷീണത്തോടെ കിടക്കുന്നുണ്ട്. തൊട്ട ടുത്ത ആൽത്തറയിൽ ഒരു പണിയുമില്ലാതെ ഒരുത്തൻ ബീഡിയും വലിച്ച് കുത്തിരിക്കുന്നുണ്ട്. അവന്റെ വായിൽക്കൂടി മാത്രമല്ല മൂക്കിൽ ക്കൂടിയും ചെവിയിൽക്കൂടിയും പുക തള്ളിവരുന്നുണ്ട്. മുകുന്ദൻ പോലീസ് അവനെ ലക്ഷ്യമാക്കി നീങ്ങി. പിന്നെ നെഞ്ചുവിരിച്ചു ചോദിച്ചു. "പൊതുസ്ഥലത്താണോ പുക വലിക്കുന്നത്?"

"പൊതുസ്ഥലത്തല്ല, എൻെറ സ്വന്തം വായിൽക്കൂടിയാണ് പുകവലിക്കുന്നത്." പരിഹാസത്തോടെയുള്ള മറുപടി.

ശ്ലിംഗ്... മുകുന്ദൻപോലീസ് ഒന്നുചമ്മിയോന്ന് സംശയം. പിന്നെ മുഖത്ത് വീണ്ടും ഗൗരവം വരുത്തി. "ഓഹോ... പോലീസിനോ ടാണോ തർക്കിക്കുന്നത്?"

"അയ്യോ! സാറാണോ? മനസ്സിലാവാണ്ടാ സാറെ." അയാൾ ബഹുമാനം അഭിനയിച്ച് എഴുന്നേറ്റു നിന്നു.

"ടോ... ഈ മാരാരുശശിയുടെ വീടേതാ?" ഗൗരവം ഇത്തിരി കുറച്ച് മുകുന്ദൻപോലീസ് ചോദിച്ചു.

"അയാളുടെ വീട് ഇവിടെയൊന്നുമല്ല. റേഷൻകടയുടെ അടുത്താണ്. പക്ഷേ ഇപ്പോൾ അയാൾ അവിടെ ഉണ്ടാവില്ല. ചിറ്റിശ്ശേരി ക്ഷേത്രത്തിന്റെ പറയ്ക്ക് കൊമ്പു വിളിക്കാൻ പോയിരിക്കുകയാണ്. പറ ഇപ്പോൾ കോതോട് ഭാഗത്ത് എടുക്കുന്നുണ്ട്."

"ഓ... അവിടെ പോയാൽ ആളെ കിട്ടുമല്ലേ? ഈ ആളെ എങ്ങനെ തിരിച്ചറിയാം?"

"അതിനു വിഷമമൊന്നും ഇല്ല അയാള് കൊമ്പുവിളിക്കുന്നയാളല്ലേ. ചുണ്ടിൽ പാട് കാണും. അതന്നെയാണ് മാരാര് ശശി."

മുകുന്ദൻപോലീസ് കോതോട് ഭാഗത്തേക്ക് കുതിച്ചു. ചെമ്പട്ട് ധരിച്ച് അരമണിയണിഞ്ഞ് പള്ളിവാളുമായി വെളിച്ചപ്പാടും ചെണ്ട കളും കൊമ്പും ഇലത്താളവുമായി പറസംഘവും വീടുവീടാന്തരം നീങ്ങിക്കൊണ്ടിരിക്കുന്നു. മുകുന്ദൻപോലീസ് പറസംഘത്തിലേക്ക് ഇടിച്ചുകേറി. ഓരോരുത്തരുടേയും ചുണ്ടിലേക്ക് മാറി മാറി നോക്കി. അതാ ചുണ്ടിൽ പാടുള്ള ഒരുത്തൻ കൊമ്പ് തോളത്ത് ഞാത്തിയിട്ട് നിൽക്കുന്നു. സി.ബി.ഐ. ഡയറിക്കുറുപ്പിലെ മമ്മൂട്ടിയെപ്പോലെ മുകുന്ദൻ അയാളുടെ തോളിൽ കൈവെച്ചു.

“നീ മാരാര് ശശിയല്ലെ? നിനക്ക് ഒരു അറസ്റ്റ് വാറണ്ട് ഉണ്ട്. നിന്നെ ഞാൻ അറസ്റ്റ് ചെയ്തിരിക്കുന്നു.” മുകുന്ദൻപോലീസ് സാഹസികനെപ്പോലെ പറഞ്ഞു.

“ഞാൻ ശശിയല്ല മധുവാണ്. നിങ്ങൾക്ക് ആളെ തെറ്റി.” അയാൾ നിലപാട് വ്യക്തമാക്കി.

“ഇത്തരം ഉഡായിപ്പുകൾ ഞാൻ കുറെ കണ്ടതാ. കളി എന്നോടു വേണ്ട.” അയാളുടെ കൈയിൽനിന്നും കൊമ്പ് ബലമായി പിടിച്ചു വാങ്ങി അയാളെയും കൂട്ടി മുകുന്ദൻ പോകാനൊരുങ്ങി.

“സർ, ഇയാൾ മാരാരു ശശിയല്ല മധുവാണ്. പറ മുടക്കരുത്.” പറസംഘവും പലവട്ടം നിലപാട് വ്യക്തമാക്കി.

“പതിനെട്ട് കൊല്ലം സർവ്വീസുള്ള എന്നെയാണോ പറ്റിക്കുന്നത്. ഞാൻ ഇത് കുറെ കണ്ടതാ. മുകുന്ദൻപോലീസ് കൂടുതൽ ഊർജ്ജസ്വലനായി. അതുവഴിവന്ന ഓട്ടോറിക്ഷയിൽ കൊമ്പുസഹിതം പ്രതിയെ കയറ്റി വണ്ടി സ്റ്റേഷനിലേക്ക് വിടാൻ മുകുന്ദൻപോലീസ് ഉത്തരവിറക്കി.

പറയിൽ കൊമ്പുവിളിക്കുന്ന മാരാരെ മുകുന്ദൻപോലീസ് സ്റ്റേഷനിലേക്ക് കൂട്ടിക്കൊണ്ടുവന്ന് വ്യസനമൂലയിൽ ഇരുത്തി.

പറ നിലച്ചു. ക്ഷേത്രത്തിലെ പറ പോലീസ് മുടക്കിയെന്നും മറ്റും ആരോപിച്ച് പറയിലെ വെളിച്ചപ്പാട്സഹിതം എല്ലാവരും പോലീസ്സ്റ്റേഷന് മുൻവശം കുത്തിയിരുന്നു. കൂടെ നാട്ടുകാരും ക്ഷേത്രംഭാരവാഹികളും സ്റ്റേഷനിൽ തടിച്ചുകൂടി. വെളിച്ചപ്പാട് സ്റ്റേഷൻ മുറ്റത്ത് ഉലാത്തി ഇടയ്ക്കിടെ മുടി പുറകിലേക്ക് എറിഞ്ഞു കൊടുത്തു. ദേവീ... അമ്മേ മഹാമായേ... എന്ന് ഉറക്കെ വിളിക്കുന്നുണ്ട്.

ഈശ്വരവിശ്വാസിയായ എസ്.ഐയുടെ ഉള്ളിൽ ചെറിയ ഭയം വന്നു. അയാളുടെ ചെവിയിലെ രോമം ഒടിഞ്ഞുകിടന്നു.

“മുകുന്ദാ, നിനക്ക് ആള് മാറിയിട്ടില്ലല്ലോ? എനിക്ക് പെൻഷൻ പറ്റാൻ ഇനി കുറച്ചു കാലമേയുള്ളൂ. കളി ദേവിയോടാണ്.” എസ്.ഐ. ഇടയ്ക്കിടെ ഓർമ്മപ്പെടുത്തുന്നുണ്ട്.

“ഇല്ല സാറേ. എനിക്ക് ഉറപ്പാണ്, ഇവൻതന്നെയാണ് ശശി. ഇവന്റെ ചുണ്ടിൽ പാണ്ടുണ്ട്.” മുകുന്ദൻപോലീസ് തന്റെ നിലപാടിൽ ഉറച്ചുനിന്നു. ഇയാൾ മധുവാണെങ്കിൽ നിങ്ങൾ യഥാർത്ഥ ശശിയെ ഹാജരാക്കാൻ മുകുന്ദൻപോലീസ് കമ്മിറ്റിയെ വെല്ലുവിളിച്ചു.

“അത് ഞങ്ങളുടെ പണിയല്ല. നിങ്ങളുടെ പണിയാണ്.” കമ്മിറ്റിക്കാർ വാദിച്ചു. പ്രശ്നം രൂക്ഷമായി, തർക്കമായി കൂടുതൽ ആളുകൾ സ്റ്റേഷനിൽ തടിച്ചുകൂടി. എസ്.ഐയുടെ മനസ്സിൽ മുകുന്ദന്റെ മുഖം

ദാരികനെപ്പോലെ മിന്നിമറഞ്ഞു. മുകുന്ദാ, കളി ദേവിയോടാണ്. ആളു മാറിയിട്ടില്ലല്ലോ?”

“എന്റെ പൊന്നുസാറേ, മുകുന്ദൻ ഒരു കാര്യം ഏറ്റാൽ അത് ഭംഗിയായി നാടത്തിയിട്ടേയുള്ളൂ.” കമ്മിറ്റിക്കാരുകൂടി കേൾക്കാൻ മുകുന്ദൻ ഉറക്കെ പറഞ്ഞു.

രൂക്ഷമായ വാദപ്രതിവാദമാണ് സ്റ്റേഷൻ മുറ്റത്ത് അരങ്ങേറുന്നത്. കീചകവധം കഥകളി കാണുന്നപോലെ നാട്ടുകാർ സ്റ്റേഷൻ മുറ്റത്ത് ആർമാദിച്ചു നിന്നു.

പോലീസ് സ്റ്റേഷനിലേക്ക് സ്ഥിരമായി ചായ കൊണ്ടുവരാറുള്ള ചായക്കാരൻ ഉണ്ണി കെറ്റിലിൽ ചായയുമായി രംഗപ്രവേശനം നടത്തി. കാര്യങ്ങൾ ഗ്രഹിച്ചു.

“സാറേ... ശരിക്കുള്ള മാരാരുശശി പോസ്റ്റോഫീസിനു മുന്നിൽ നിൽക്കുന്നുണ്ട്.” ഉണ്ണി രഹസ്യമായി എസ്.ഐയോടു പറഞ്ഞു.

കേട്ടപാതി മറ്റു പോലീസുകാർ പോസ്റ്റോഫീസിലേക്ക് കുതിച്ച് യഥാർത്ഥ മാരാരുശശിയെ കൂട്ടിക്കൊണ്ടുവന്നു.

“എടാ.. തെണ്ടി...” മുകുന്ദൻപോലീസ് ഉറക്കെ ആക്രോശിച്ചു. “ഇവൻ എന്നെ പറ്റിക്കായിരുന്നു. ഇവനോടാണ് ഞാൻ വഴി ചോദിച്ചത്.” മുകുന്ദൻപോലീസ് വീണ്ടും പ്ലിംഗായി. അവിടെ കൂടിയവർ കൂക്കിവിളിച്ചു.

എ.ഐ.യുടെ ചെവിയിലെ രോമം വീണ്ടും എഴുന്നേറ്റു നിന്നു.

“മുകുന്ദാ, ദേവിയോട് കളിക്കുമ്പോൾ സൂക്ഷിക്കണമെന്ന് ഞാൻ പറഞ്ഞില്ലേ?” അയാൾ വെരുകിനെപ്പോലെ സ്റ്റേഷനകത്ത് അങ്ങോട്ടും ഇങ്ങോട്ടും പാഞ്ഞു.

പറ മുടക്കിയ മുകന്ദൻപോലീസിനെ സസ്പെന്റ് ചെയ്യണമെന്ന് അമ്പലകമ്മിറ്റി ആവശ്യപ്പെട്ടു. അവർ സ്റ്റേഷന് മുൻവശം പ്രതിഷേധിച്ചു. ചിലർ മുദ്രവാക്യം വിളിച്ചു. ചിലർ ഓളിയിട്ടു.

വിവരം അറിഞ്ഞ് മേലാധികാരികളായ സി.ഐ., ഡിവൈ. എസ്.പി. എന്നിവർ പാഞ്ഞുവന്നു. അവർ മുകുന്ദനെ ദുർവാസാവ് മഹർഷി നോക്കുന്നപോലെ രൂക്ഷമായി നോക്കി. മുകുന്ദൻപോലീസ് വിഷണ്ണനായി നിന്നു. അയാളുടെ ദയനീയ മുഖം കണ്ട് വെളിച്ചപ്പാടിന് അനുകമ്പ തോന്നി.

അമ്മേ... ദേവീ... മഹാമായേ... എന്ന് നീട്ടിവിളിച്ച് വെളിച്ചപ്പാട് തുള്ളി. ചിലങ്ക കുലുക്കി അരമണിയിൽ കൈകൊണ്ട് തലോടി അരിയും പൂവും എടുത്ത് എസ്.ഐയുടെയും മുകുന്ദന്റെയും

ദേഹത്തേക്ക് ആഞ്ഞെറിഞ്ഞു. പിന്നെ കല്പന തുടങ്ങി. അമ്മ ക്ഷമി ച്ചിരിക്കുന്നു. ആ ക്ടാവിനോട് തട്ടകത്ത് പോയി പ്രായശ്ചിത്ത വഴിപാട് നടത്താൻ പറയാ." വെളിച്ചപ്പാട് അരമണി കുലുക്കി മുടി പുറകിലേക്ക് തലോടി കല്പിച്ചു. എസ്.ഐയുടെ ചെവിയിലെ രോമം സമാധാനത്തോടെ ഒടിഞ്ഞുകിടന്നു. ഇരുകൈയും കൂപ്പി നിന്നു. "അപ്രകാരം ചെയ്തോളാം. അടിയങ്ങളോട് പൊറുക്കണം." എസ്.ഐ. വളഞ്ഞൊടിഞ്ഞു നിന്ന് കല്പന സ്വീകരിച്ചു,

വെളിച്ചപ്പാടിന്റെ നിർദ്ദേശം എല്ലാവരും അംഗീകരിച്ചു. പ്രായ ശ്ചിത്ത വഴിപാട് നടത്താനായി സബ്ബ് ഇൻസ്പെക്ടർ മുകുന്ദൻ പോലീസുമായി ക്ഷേത്രത്തിലേക്കും വെളിച്ചപ്പാട് മധുവിനെയും കൊണ്ട് പറ എടുക്കാനും പോയി.

■

പടുതിരി

ഭാര്യ ദാക്ഷായണി മരിച്ചിട്ട് എട്ട് വർഷം കഴിഞ്ഞപ്പോഴാണ് ഞാൻ മരിക്കുന്നത്. എനിക്കുമുന്നേ ദാക്ഷായണി പരലോകത്തേക്ക് പോയതിനാൽ എന്റെ ശവത്തെ കെട്ടിപ്പിടിച്ച് അവർക്ക് നെഞ്ചത്തടിച്ചു നിലവിളിക്കേണ്ടി വന്നില്ല. പക്ഷേ മകൻ മുകുന്ദനുണ്ണിയുടേയും അവന്റെ ഭാര്യയുടേയും മുഖത്ത് തിരഞ്ഞെടുപ്പിൽ തോറ്റ സ്ഥാനാർത്ഥിയെപ്പോലെ എന്തോ നിരാശ നിഴലിക്കുന്നുണ്ട്.

സർക്കാർ ഉദ്യോഗസ്ഥനായിരുന്ന എന്റെ പേര് പരമേശ്വര മേനോൻ എന്നാണെങ്കിലും വില്ലേജ് ഓഫീസിൽ ജോലിചെയ്തതിനാൽ പഴമക്കാർ ഇപ്പോഴും പാറോത്തിക്കാരൻ എന്നാണ് വിളിക്കുന്നത്.

ഭാര്യ ദാക്ഷായണിക്ക് വീട്ടുജോലിയല്ലാതെ പ്രത്യേകിച്ച് ജോലിയൊന്നുമില്ല. അതുകൊണ്ടായിരിക്കാം അന്ന് അവൾക്ക് പ്രസവിക്കാൻ യാതൊരു മടിയുമില്ലായിരുന്നു. അവൾ നാലു പെറ്റു. മൂന്ന് പെണ്ണും ഒരാണും. ഇനിയും അവൾ പ്രസവിക്കാൻ തയ്യാറാണ്. അത് അവളുടെ നിൽപ്പിലും ഭാവത്തിലും ഞാൻ കാണാറുണ്ട്. പക്ഷേ ഞാൻ സമ്മതിച്ചില്ല. കാരണം ദാക്ഷായണിയടക്കം അഞ്ചെണ്ണത്തിനെ തീറ്റിപ്പോറ്റി വളർത്താനും അതിൽ മൂന്നെണ്ണത്തിനെ കെട്ടിച്ചുവിടാനുള്ള ശമ്പളമൊന്നും അന്ന് എനിക്കുണ്ടായിരുന്നില്ല.

ഭാര്യ ദാക്ഷായണി മരിച്ചപ്പോൾ പുനർവിവാഹത്തെക്കുറിച്ച് അടുത്ത ബന്ധുക്കൾ എന്നോട് സൂചിപ്പിച്ചതാണ്. പക്ഷേ ഞാൻ സമ്മതിച്ചില്ല. കാരണം എന്റെ മനസ്സമാധാനം ഞാൻതന്നെ കളയണ്ടല്ലോയെന്ന് കരുതി.

ഇപ്പോൾ ഞാൻ മരിച്ചപ്പോഴാണ് എന്റെ പേര് മാറിയത് ഞാൻ അറിയുന്നത്. ഉദ്യോഗസ്ഥനായിരുന്ന കാലഘട്ടത്തിൽ എന്നെ

സാറേ... സാറേ... എന്നുവിളിച്ചവർപോലും ഇപ്പോൾ ബോഡി എന്നാണ് വിളിക്കുന്നത്. അവരിൽ എനിക്ക് കൈക്കൂലി തന്നവ രുണ്ട് തരാത്തവരുമുണ്ട്. കൈക്കൂലി തന്നവർ പല്ലിറുമ്മിയും തരാ ത്തവർ പരിഹാസവുമായിട്ടാണ് എന്നെ നോക്കുന്നത്. ഞാൻ കൊടുത്ത കള്ളരേഖ ഉപയോഗിച്ച് പട്ടയം വാങ്ങിയവരുടെ മുഖത്ത് മാത്രം ചെറിയ അനുകമ്പ കാണുന്നുണ്ട്.

കോടിമുണ്ടിന്റെയും തേങ്ങാമുറിയിൽ കത്തുന്ന എണ്ണയുടേയും നേർത്ത ഗന്ധം എനിക്ക് അനുഭവപ്പെടുന്നുണ്ട്. കത്തിച്ചുവെച്ച നില വിളക്കിനു മുന്നിൽ കിടക്കുന്നുണ്ടെങ്കിലും ചുമരിലെ മാതൃഭൂമി കല ണ്ടറിലേക്ക് ഞാൻ ഒളികണ്ണിട്ട് നോക്കി; എന്റെ 16-ാം അടിയന്തിര ദിനം എന്നാണ് വരുന്നതെന്ന് അറിയാനുള്ള വ്യഗ്രതയോടെ.

അവധിദിവസമാണ് വരുന്നത്. ക്ഷണിച്ചവനും ക്ഷണിക്കാത്ത വനും വന്ന് മൂക്കറ്റം തിന്നുപോകും. ആ കാര്യത്തിൽ എനിക്കൊരു താൽപര്യക്കുറവ് തോന്നുന്നുണ്ട്.

മകൻ മുകുന്ദനുണ്ണിയുടെയും അവന്റെ ഭാര്യയുടേയും മുഖത്ത് നിരാശ പരന്ന കാര്യം ഞാൻ മുൻപ് സൂചിപ്പിച്ചിരുന്നല്ലോ! അത് എന്നോടുള്ള ഇഷ്ടംകൊണ്ടൊന്നുമല്ല; മാസാമാസം നല്ലൊരു തുക പെൻഷൻ എനിക്ക് കിട്ടുന്നുണ്ടല്ലോ. അത് മുടങ്ങിയ നിരാശയിലാ യിരുന്നു അവർ.

എന്നാൽ മരണവിവരം അറിഞ്ഞുവന്ന പെൺമക്കളുടെ മുഖത്ത് എന്തോ ഒരു കുനിഷ്ട്ചിരി പ്രകടമാകുന്നുണ്ട്. ഞങ്ങളുടെ അച്ഛന്റെ പെൻഷൻ ഇത്രയും കാലം വാങ്ങി തിന്ന ആങ്ങളയ്ക്കും നാത്തൂനും ഒരു പണികിട്ടിയല്ലോ എന്ന സംതൃപ്തിയാണ് ആ കുനിഷ്ട് ചിരി യിൽ തെളിയുന്നത്.

അവരുടെ ഭർത്താക്കന്മാരാണെങ്കിൽ വീടും പറമ്പും ഭാഗം വെയ്ക്കേണ്ട രഹസ്യച്ചർച്ചയിലുമാണ്. മരുമക്കത്തായ സമ്പ്രദായം എടുത്തുകളഞ്ഞവനെ അവർ സംയുക്തമായി തെറിവിളിക്കുന്നുണ്ട്. മാത്രമല്ല മരണാനന്തരച്ചടങ്ങിലേക്ക് ആവശ്യമായ സാധനങ്ങൾ വാങ്ങാൻ കർമ്മി ലിസ്റ്റ് തയ്യാറാക്കുന്നത് കണ്ടപ്പോൾ അവർ തന്ത്ര പരമായി വീടിന്റെ പുറകിലെ വിറകുപുരയിൽ കയറി ഒളിച്ചിരുന്നു. പിന്നെ തീപ്പെട്ടിക്കൊള്ളി ചെവിയിലിട്ട് ഇളക്കിയിളക്കി ഇക്കിളി സുഖം അനുഭവിക്കുന്ന തിരക്കിലായിരുന്നു.

പണ്ട് ദാക്ഷായണി ബസ് തട്ടി മരണപ്പെട്ട ദിവസം ഞങ്ങൾ എല്ലാവരും വല്ലാതെ വിഷമിച്ചു വാവിട്ടു കരഞ്ഞു. അതിനിടയിൽ മരുമകൾ പെട്ടെന്ന് മുറിക്കകത്ത് കയറി വാതിലടച്ചു. വിഷമംകൊണ്ട്

വല്ല അവിവേകം കാണിക്കുമോയെന്ന് ഞാൻ ആശങ്കപ്പെട്ടു. പക്ഷേ എന്റെ ആശങ്ക അസ്ഥാനത്തായിരുന്നു. ഞാൻ ജനൽവഴി നോക്കിയപ്പോൾ അമ്മായിയമ്മ വണ്ടിതട്ടി മരിച്ച വിവരം അവൾ ആരോടൊക്കെയോ ചിരിച്ചുചിരിച്ചു പറയുന്നുണ്ടായിരുന്നു. മാത്രമല്ല M.A.C.T കോടതിയിൽ കേസ് കൊടുത്താൽ എത്ര രൂപ നഷ്ടപരിഹാരം ലഭിക്കുമെന്നും അവൾ ആരായുന്നുണ്ടായിരുന്നു.

അത് കണ്ടപ്പോൾ എനിക്ക് വല്ലാത്ത വിഷമം തോന്നി. സത്യത്തിൽ ഞാനായിരുന്നു വിഡ്ഢി. ലോകത്തൊരിടത്തും അമ്മായിയമ്മ മരിച്ച വിഷമത്തിന് മരുമകൾ ആത്മഹത്യ ചെയ്ത ചരിത്രമില്ല. അതിന് കാരണം ഒരു അമ്മായിയമ്മയും മരുമകളെ സ്വന്തം മകളായും ഒരു മരുമകളും അമ്മായിയമ്മയെ സ്വന്തം അമ്മയായും കണ്ടിട്ടില്ലാത്തതത്രെ. അത് ഭൂമിയിൽ മാത്രമല്ല ദേവലോകത്തും യമലോകത്തും ഇതൊക്കെതന്നെയാണ് സ്ഥിതി.

എന്റെ ഹൃദയസിരകളിലെ രക്തോട്ടം നിലയ്ക്കുന്നതിന് മുൻപ് ഞാൻ ചില ആഗ്രഹങ്ങൾ മകനോട് പറഞ്ഞിരുന്നു. അത് അവൻ നടപ്പിലാക്കുമോ എന്നറിയാനാണ് മൗനത്തിന്റെ അകമ്പടിയോടെ ചെവിയോർത്തുകിടക്കുന്നത്.

ദാക്ഷായണിയെ അടക്കം ചെയ്തതിനടുത്ത് എന്നെയും അടക്കം ചെയ്യണമെന്നും വീടിന്റെ തെക്കുഭാഗത്തെ മുവാണ്ടൻമാവിന്റെ കൊമ്പ് മുറിച്ച് ചിത ഒരുക്കണമെന്നും ഞാൻ അവനോട് പറഞ്ഞിരുന്നു.

അത് അവൻ പാലിക്കാൻ ഉദ്ദേശ്യമില്ലെന്ന് മനസ്സിലായി. ഗ്രാമപഞ്ചായത്തിന്റെ കാടുപിടിച്ച ശാന്തികുടീരത്തിലേക്ക് എന്റെ ബോഡി കൊണ്ടുപോകാനാണ് ഉദ്ദേശ്യമെന്ന് സംസാരത്തിൽനിന്നും മനസ്സിലായി.

പതിനാറു ദിവസവും വീട്ടുമുറ്റത്ത് ബലിയിടണമെന്നും ബലിച്ചോറു കഴിക്കാൻ ഞാൻ ദാക്ഷായണിയേയും കൂട്ടി കാക്കകളായി വരുമെന്നും ഞാൻ പറഞ്ഞിരുന്നു. അതെല്ലാം അവൻ തെറ്റിക്കാനാണ് ഉദ്ദേശ്യം. പതിനാറാം ദിവസം തിരുന്നാവായ പോയി ഒരു മിച്ചുബലിതർപ്പണം നടത്തിയാൽ മതിയെന്ന് അവന്റെ അളിയൻ അവനെ ഉപദേശിക്കുന്നുണ്ട്.

ഇതിനിടയിലാണ് പെൻഷൻസംഘടനാപ്രവർത്തകർ റീത്ത് വെക്കാനായി വന്നത്. അവർ വരുന്നത് കണ്ടപ്പോൾ മരുമകൾ എന്റെ ബോഡിക്കടുത്തുവന്നിരുന്ന് മോങ്ങാൻ തുടങ്ങി. റീത്തുവെച്ച് അവർ പുറത്തിറങ്ങിയപ്പോൾ മരുമകൾ പിന്നാംപുറം വഴി അവരുടെ അടു

ത്തേക്ക് ചെന്നു.

“സാറേ, അച്ഛന്റെ പെൻഷൻ ഇനി മകൻ മുകുന്ദനുണ്ണിക്ക് കിട്ടാൻ വല്ല മാർഗ്ഗവുമുണ്ടോ?”

“അയ്യോ! പെൻഷണർ മരിച്ചാൽ അയാളുടെ ഭാര്യയ്ക്ക് മാത്രമേ അവകാശമുള്ളൂ.” യൂണിറ്റ് സെക്രട്ടറി നയം വ്യക്തമാക്കി.

“ആ പണ്ടാറത്തള്ള ചത്തുപോയിട്ട് വർഷങ്ങളായി.” മരുമകൾ പിറുപിറുക്കുന്നത് ഞാൻ മാത്രം കേട്ടു.

അടിയന്തിരം ഗംഭീരമായി നടത്തണമെന്നും എന്റെ പഴയകാല സഹപ്രവർത്തകരെ ക്ഷണിക്കണമെന്നും ഞാൻ അവനോട് മുന്നേ പറഞ്ഞിട്ടുണ്ട്. അത് അവൻ നടപ്പിലാക്കുമോ എന്നറിയില്ല. അതു കൂടി അറിഞ്ഞിട്ടേ ഞാൻ പരലോകത്തേക്ക് പോകുന്നുള്ളൂ. അതു വരെ മുവാണ്ടൻമാവിന്റെ തെക്കോട്ടുപോയ കൊമ്പിൽ ഞാനി രിക്കും.

“എന്താ അച്ഛാച്ചാ പിറുപിറുക്കുന്നത്?” പേരക്കുട്ടിയുടെ ചോദ്യം കേട്ടപ്പോഴാണ് പരമേശ്വരമേനോൻ ഞെട്ടിയുണർന്നത്.

പേരക്കുട്ടിയുടെ നിഷ്കളങ്കമായ മുഖം മേനോന് ആശ്വാസമുള വാക്കിയെങ്കിലും എന്തോ ഒരുഭയം മോനോനെ അലട്ടിക്കൊണ്ടി രുന്നു.

തന്റെ ആഗ്രഹങ്ങൾ നടപ്പിലാവില്ലെ? ദാക്ഷായണിയുടെ അടുത്ത് എന്നെ അടക്കം ചെയ്യില്ലേ?

“മോളേ, അച്ഛാച്ചൻ മരിക്കുകയാണെങ്കിൽ അച്ഛമ്മയെ അടക്കം ചെയ്ത സ്ഥലത്ത് അച്ഛാച്ചനെയും അടക്കണമെന്ന് മോള് അച്ഛ നോട് പറയണം കേട്ടോ?”

“അച്ഛാച്ചൻ മരിക്കുമെന്ന് ആരാ പറഞ്ഞേ? അച്ഛാച്ചൻ മരിക്കി ല്ലാട്ടോ. അച്ഛാച്ചനെ മോൾക്ക് വേണം.” കുഞ്ഞിക്കൈകൊണ്ട് നെറ്റി യിൽ തലോടി വാത്സല്യത്തോടെ അവൾ പറഞ്ഞു.

കുഞ്ഞിക്കൈയിന്റെ സ്പർശനസുഖത്തിൽ മോനോൻ കണ്ണു കൾ അടച്ചെങ്കിലും ഇരുകോണിലൂടെ ഒഴുകുന്ന കണ്ണുനീർ പേര ക്കുട്ടി കാണാതിരിക്കാൻ മോനോൻ മുഖം തിരിച്ചുകിടന്നു.

■

മാപ്രാണം ഷാപ്പ്

പ്രിയമുള്ളവരേ നിങ്ങൾ വല്ലതുമറിഞ്ഞോ! നമ്മുടെ മാപ്രാണം ഷാപ്പിലെ കൂട്ടാൻകച്ചവടക്കാരി കല്ലേറ്റുങ്കര തങ്ക കൂട്ടാൻകച്ചവടം നിർത്തി നാടുവിട്ടിരിക്കുന്നു.

ഷാപ്പിന് മുന്നിൽ കൂടിയ ആൾക്കൂട്ടത്തിന്റെ ആശങ്കയും നിരാശയും കണ്ട് അന്വേഷിച്ചപ്പോഴാണ് ഞാനും വിവരം അറിഞ്ഞത്.

തങ്ക എന്തിന് പോയി എന്ന ചോദ്യത്തിന് ആർക്കും ഉത്തരമില്ല.

മാപ്രാണം ഷാപ്പിനെ ലോകനിലവാരത്തിലേക്ക് ഉയർത്തുന്നതിൽ തങ്ക വഹിച്ച പങ്ക് ചില്ലറയല്ല. തങ്ക വിളമ്പിത്തരുന്ന താറാവുകറി കൂട്ടി കള്ളുകുടിച്ചാൽ മാത്രമേ ഓരോ കുടിയന്മാർക്കും ആത്മനിർവൃതി കിട്ടാറുള്ളൂ.

ആസ്ഥാനകുടിയൻ അല്ലെങ്കിൽ മുഴുക്കുടിയൻ എന്ന പട്ടം ലഭിച്ച കേരളത്തിലെ അപൂർവ്വം വ്യക്തികളിൽ ഒരാളായിരുന്നു അയാളും. അയാളെ ആ പദവിയിലേക്കു കൈപിടിച്ച് ഉയർത്തിയതും തങ്ക തന്നെയാണ്.

എത്ര കള്ള് കുടിച്ച് നിലവിട്ടാലും അയാൾ റോഡിൽ തലകുത്തി വീഴാറില്ല. 'സൂക്ഷിച്ചുപോണം നാളെ നേരത്തെ വരണം' എന്ന തങ്കയുടെ സ്നേഹപരിചരണത്തോടെയുള്ള യാത്രയയപ്പ് കേട്ടാൽ തന്നെ അയാൾക്ക് കരുത്തും ഊർജ്ജവും കൂടും.

ആ തങ്കയാണ് ഇപ്പോൾ കറിക്കച്ചവടം ഉപേക്ഷിച്ചുപോയത്! അതിൽ അയാൾ നിരാശനാണ്. മനുഷ്യസഹജമായ ജിജ്ഞാസ അയാളുടെ നെഞ്ചിലെ ഭാരം കൂട്ടി.

കല്ലേറ്റുങ്കര പാളത്തിലൂടെ കൂകിപ്പായുന്ന ജയന്തിജനതയുടെ കുലുക്കം ഷാപ്പിലിരിക്കുന്ന അയാൾക്ക് അനുഭവപ്പെട്ടപ്പോഴാണ് കൈലിമുണ്ടും ജാക്കറ്റും ധരിച്ച തങ്കയുടെ രൂപം അയാളുടെ മനസ്സിലേക്ക് വീണ്ടും തെളിഞ്ഞുവന്നത്. ഈരെഴത്തോർത്തുകൊണ്ട് തങ്ക

മാറ് മറയ്ക്കുമെങ്കിലും കണക്കിലെ ശതമാനംപോലെ കുതിച്ചുനിൽക്കുന്ന ഇരുമാറിന്റെ മദ്ധ്യത്തിലൂടെ തോർത്ത് ഒതുങ്ങിക്കിടക്കുന്നത് അയാൾക്ക് കുളിർമ്മയായി അനുഭവപ്പെടാറുണ്ട്.

തങ്ക പോയ വിവരം കാട്ടുതീപോലെ പടർന്നു. ഇരിങ്ങാലക്കുടയിലും കൊടുങ്ങല്ലൂരും തൃശ്ശൂരും മാത്രമല്ല കേരളത്തിന്റെ നാനാദിക്കിലും പടർന്നു.

ദൃശ്യമാധ്യമങ്ങൾ വിഷയം അന്തിച്ചർച്ചയാക്കി. ചർച്ചയിൽ പങ്കെടുത്തവർ പരസ്പരം പോരാടി. സർക്കാർ ഓഫീസിലെ ഫയലുകൾ നാടയിൽ കുരുങ്ങിക്കിടന്നു. ഉദ്യോഗസ്ഥരിൽ പലരും തങ്കയെ അനുകൂലിച്ചും എതിർത്തും ഓഫീസിൽ വാദിച്ചുകൊണ്ടിരുന്നു.

മാപ്രാണം ഷാപ്പിനെ ലോകനിലവാരത്തിലേക്ക് ഉയർത്തുന്നതിൽ കറിക്കാരിതങ്ക എന്ന പെണ്ണൊരുത്തി വഹിച്ച പങ്ക് ചില്ലറയല്ലെന്നും തങ്ക ഈ ഷാപ്പിന്റെ ഐശ്വര്യമായിരുന്നുവെന്നും അബ്കാരി കോൺട്രാക്ടർ വാസുമുതലാളി പലവട്ടം സാക്ഷ്യപ്പെടുത്തിയിട്ടുള്ളതാണ്.

ഇന്ത്യയും ഓസ്ട്രേലിയയും തമ്മിൽ മെൽബണിൽ വെച്ചു നടന്ന ഉച്ചകോടി സമ്മേളനത്തിൽ ഇരുരാജ്യങ്ങളും തമ്മിലുള്ള സമഗ്രമദ്യ സഹകരണക്കരാറിനെക്കുറിച്ച് ചർച്ചചെയ്തു. മാപ്രാണം ഷാപ്പിലെ കള്ള് ഓസ്ട്രേലിയയിലേക്ക് കയറ്റി അയയ്ക്കേണ്ട ആവശ്യകതയെക്കുറിച്ച് ഓസ്ട്രേലിയൻ പ്രധാനമന്ത്രി സ്കോട്ട് മോറിസൺ എണ്ണിയെണ്ണി പറഞ്ഞു. കേരള ജനതയുടെ ആവശ്യകത കഴിഞ്ഞ് ശേഷിക്കുന്നതേ കയറ്റിയയയ്ക്കാൻ കഴിയുകയുള്ളൂവെന്ന് ഇന്ത്യൻ സംഘം വ്യക്തമാക്കിയ കാര്യം ബി.ബി.സി. വാർത്താ ചാനലിൽ സംപ്രേഷണം ചെയ്തത് നിങ്ങൾക്ക് ഏവർക്കും അറിയാമല്ലോ!

ഷാപ്പിന്റെ ഉയർച്ചയിൽ അസൂയപൂണ്ട പാക്കിസ്ഥാനും ചൈനയും ഷാപ്പ്തന്നെ തകർക്കാൻ പദ്ധതിയിട്ടതായും അത് മണത്തറിഞ്ഞ ഇന്ത്യൻസേന തന്ത്രപരമായി അവരെ പരാജയപ്പെടുത്തിയതായും പട്ടാളത്തിൽനിന്നും വിരമിച്ചുവന്ന ഹവിൽദാർ വേലപ്പൻനായർ തന്റെ നരച്ചമീശ പിരിച്ചുകൊണ്ട് ഷാപ്പിലിരുന്ന് പ്രഖ്യാപിച്ചിട്ടുണ്ട്. ആ പ്രഖ്യാപനത്തിനിടയിലും വേലപ്പൻനായരുടെ കണ്ണുകൾ തങ്കയുടെ നെയ്യുള്ള ഭാഗങ്ങളിലായിരുന്നു.

വിവാഹം കഴിയാത്ത ഒറ്റ പെൺകുട്ടികൾപോലും മാപ്രാണം ദേശത്ത് ബാക്കിയില്ല. ചൊവ്വാദോഷമുള്ള പെൺകുട്ടികളെവരെ മാപ്രാണം ഷാപ്പിന്റെ പ്രൗഢിയിൽ ചെറുപ്പക്കാർ വിവാഹം കഴിച്ചുകൊണ്ടുപോയിട്ടുണ്ട്.

മരണപ്പെട്ടവരുടെ ആത്മാവ് സ്വർഗ്ഗത്തിലേക്കുപോലും പോകാൻ മടി കാണിച്ചു. അവർ ഷാപ്പിനെ ചുറ്റിപ്പറ്റി നിന്നു. ബന്ധുക്കൾ കള്ള് വീത് വെച്ച് അവരെ തൃപ്തിപ്പെടുത്തി.

കറിക്കച്ചവടം ഉപേക്ഷിക്കേണ്ടി വന്ന തങ്കയ്ക്ക് പത്തു ലക്ഷം രൂപയും സർക്കാർ ജോലിയും നൽകണമെന്ന് പ്രതിപക്ഷം നിയമസഭയിൽ ആവശ്യപ്പെട്ടു. അവർ അടിയന്തിരപ്രമേയത്തിന് നോട്ടീസ് നൽകി. പക്ഷേ സഭാദ്ധ്യക്ഷൻ അനുമതി നിഷേധിച്ചു. അതിൽ പ്രതിഷേധിച്ച് പ്രതിപക്ഷം സഭയിൽനിന്നും വാക്കൗട്ട് നടത്തി നേരെ നിയമസഭ കാന്റീനിലേക്ക് പോയി. കക്ഷിരാഷ്ട്രീയം മറന്ന് അവർ ചായയും പഴംപൊരിയും ആസ്വദിച്ചു കഴിച്ചു. പഴംപൊരിയുടെ ഗുണനിലവാരത്തെക്കുറിച്ച് അവർ പരസ്പരം കൂലങ്കഷമായ ചർച്ച കാന്റീനിൽ നടത്തി.

ഷാപ്പിലെ നിത്യസന്ദർശകനായിരുന്ന അയാൾക്ക് തങ്കയുടെ തിരോധാനം ഒരു നിമിഷത്തേക്ക് പ്രപഞ്ചവുമായുള്ള എല്ലാ ബന്ധവും വിച്ഛേദിച്ചപോലെ തോന്നി.

ഷാപ്പിൽവെച്ച് പണ്ട് തങ്ക പരിചയപ്പെടുത്തിത്തന്ന മുകുന്ദൻ പോലീസിനെ അന്വേഷിച്ച് അയാൾ പോലീസ്‌സ്റ്റേഷനിലേക്ക് ഇടറുന്ന കാൽവെപ്പോടെ കയറിച്ചെന്നു.

“സാറേ, മുകുന്ദൻസാറേ... അയാൾ പോലീസ് സ്റ്റേഷന്റെ മുറ്റത്തു നിന്ന് വിളിച്ചുകൂവി.

“ആരടാ സ്റ്റേഷന്റെ മുറ്റത്തുകിടന്ന് വിളിച്ചുകൂവുന്നത്?” അകത്തുനിന്നും ഗർജ്ജനം കേട്ടിട്ടും അയാൾ കുലുങ്ങിയില്ല.

“മുകുന്ദേട്ടാ, ഒന്നു വായോ.” കുട്ടികൾ ചത്ത തള്ളപ്പട്ടിയെപ്പോലെ അയാൾ മോങ്ങി മോങ്ങി വിളിച്ചു.

തങ്ക പോയ വിഷമം മുകുന്ദൻപോലീസിനെയും അലട്ടിയിരുന്നു. ആ വിഷമം തീർക്കാൻ അയാൾ മെഡിക്കൽ അവധിയിൽ പ്രവേശിച്ച് വിഷമങ്ങൾ കുടിച്ചുകുടിച്ചുതീർക്കുകയാണ്.

സങ്കടങ്ങളും പരാതികളും സ്ഥിരം പറയാറുള്ള ഇരിങ്ങാലക്കുട ദേവാലയത്തിലേക്ക് അയാൾ കയറൂരിവിട്ട കാളയെപ്പോലെ കയറിച്ചെന്നു.

“പുണ്യാളാ, ഒരുപാട് മെഴുകുതിരി നിന്റെ മുന്നിൽ കത്തിച്ചുരുക്കിയവനാണ് ഈ ഞാൻ. ഇതിന് നീ ഒരു സമാധാനം ഉണ്ടാക്കിത്തരണം. തങ്ക എന്തിനാണ് പോയത്? അവൾ എങ്ങോട്ടാണ് പോയത്? അവളെ നീ ഇങ്ങോട്ടുതന്നെ കൊണ്ടുവരണം. അതിന് എത്ര കൂട് മെഴുകുതിരി വേണമെങ്കിലും കത്തിക്കാം.”

അയാൾ കൂടുതൽ കൂടുതൽ ഓഫറുകൾ നൽകി പുണ്യാളനെ വശത്താക്കാൻ ശ്രമിച്ചു.

പുണ്യാളൻ അയാളെ രൂക്ഷമായി നോക്കി.

“ഒന്ന് പോടാ മാപ്ലെ. കുടുംബം നോക്കാതെ കള്ളും കുടിച്ചു നടക്കുന്ന നിന്റെ മെഴുകുതിരി എനിക്ക് വേണ്ടടാ. അധികം കളിച്ചാൽ ഷാപ്പ്തന്നെ ഞാൻ പൂട്ടിക്കും.” പുണ്യാളന്റെ മറുപടിക്ക് ഒരു മയവുമില്ലായിരുന്നു.

പുണ്യാളന്റെ മറുപടി കേട്ട് അയാൾ ഞെട്ടി.

കർത്താവേ... ഇത്രയും കാലം കത്തിച്ച മെഴുകുതിരിയെല്ലാം വേസ്റ്റായല്ലോ. അയാൾക്ക് നൊമ്പരം വന്നു. പിന്നെ പള്ളിയുടെ തിരുമുറ്റത്തുള്ള കപ്പേളയിലേക്ക് അയാൾ ചെന്നു. രൂപക്കൂട്ടിലുള്ള മാതാവിനെ ദയനീയമായി നോക്കി. പക്ഷേ മാതാവ് തന്ത്രപരമായി രൂപക്കൂട്ടിൽനിന്നും മുങ്ങിയിരിക്കുന്നു.

“മാതാവേ... നീയും എന്നെ കൈയ്യൊഴിഞ്ഞോ?” അയാൾ വെറുങ്ങലിച്ച മുഖത്തോടെ കൈകൾ മേലോട്ടുയർത്തി വിലപിച്ചു.

“ഇത് അവൾക്ക് വേണ്ടിയാണ്, തങ്കക്ക് വേണ്ടിയാണ്, അവളുടെ നന്മ നിറഞ്ഞ ഹൃദയത്തിന് വേണ്ടിയാണ്.” അയാൾ വിലപിച്ചുകൊണ്ടിരുന്നു.

സ്വയം താങ്ങിനിൽക്കാനുള്ള ശേഷിയില്ലാതെ അയാൾ കപ്പേളയുടെ ചുമരിൽ ചാരിയിരുന്നു. ഉദരത്തിൽനിന്നും പുളിച്ച കള്ള് തികട്ടിവന്നു. ഒരു ഗർജ്ജനത്തോടെ അത് പുറത്തേക്ക് ചാടി. ശരീരം അയഞ്ഞു, നനവു നിറഞ്ഞ കണ്ണുകൾ പാതിയടഞ്ഞു. പുളിച്ച കള്ളിന്റെ ഗന്ധം കാറ്റിലലിഞ്ഞു.

■

മൂത്രപ്പുരയിലെ ഫോൺനമ്പർ

ഒരുകണക്കിന് പറയുകയാണെങ്കിൽ ലോനപ്പേട്ടൻ നിഷ്കളങ്കനാണ്. മനസ്സിൽ ഇടയ്ക്ക് മുളയ്ക്കാറുള്ള ആഗ്രഹങ്ങളുടെ പുറകെ പോകാറുണ്ടെങ്കിലും അത് പലപ്പോഴും സഫലീകരിക്കാറില്ല.

ഭാര്യ റോസി നിത്യേന പള്ളിയിൽപോയി പരാതികളുടേയും സങ്കടങ്ങളുടേയും കെട്ടഴിച്ച് കർത്താവിന് ഒരു മനസ്സമാധാനവും കൊടുക്കുന്നില്ലെന്ന് ഇടവകയിൽ പൊതുവെ സംസാരമുണ്ട്. പക്ഷേ ലോനപ്പേട്ടൻ കർത്താവിനെ ബുദ്ധിമുട്ടിക്കാറില്ല. ഞായറാഴ്ചതോറും ചന്തയിൽപോയി പോത്തിറച്ചിവാങ്ങി മടങ്ങുംവഴി ഒന്ന് പള്ളിയിൽ കയറും. അത്രേയുള്ളൂ.

ചില ആഗ്രഹങ്ങൾ ലോനപ്പേട്ടന്റെ മനസ്സിൽ മുളയ്ക്കാറുണ്ടെന്ന് നേരത്തെ സൂചിപ്പിച്ചല്ലോ. അതിലൊന്നാണ് ഇണചേരാനുള്ള ആഗ്രഹം. അത് ലോനപ്പേട്ടന് മാത്രമല്ല പട്ടിക്കും പൂച്ചയ്ക്കും കഴുതയ്ക്കുമടക്കം എല്ലാ ജീവജാലങ്ങൾക്കുമുള്ള ആഗ്രഹമാണ്.

ആരോഗ്യമുണ്ടെങ്കിൽ പ്രായം ഒരു തടസ്സമല്ലെന്നാണ് ഹിമാലയത്തിന്റെ മണ്ടയിലിരുന്ന് വാത്സ്യായനമഹർഷി കാമശാസ്ത്രത്തിൽ കുത്തിക്കുറിച്ചിട്ടുള്ളത്. അതുതന്നെയാണ് ലോനപ്പേട്ടന്റെയും അഭിപ്രായം.

പ്രായമായെങ്കിലും ലോനപ്പേട്ടന് ആരോഗ്യത്തിന് പ്രശ്നമൊന്നുമില്ല. പക്ഷേ ഭാര്യ റോസിച്ചേട്ത്ത്യാർക്ക് നടുവേദനയും ശ്വാസമുട്ടും ഒഴിഞ്ഞ സമയമില്ല.

“ശേഷിക്കുന്ന കാലം നമുക്ക് ആസ്വദിക്കണ്ടെ റോസിമോളേ...” ലോനപ്പേട്ടൻ ബീഡിക്കറയുള്ള പല്ല് കാട്ടി ശൃംഗാരഭാവത്തോടെ പറയും.

അത് കേട്ടയുടൻ കാടൻപൂച്ചയെ കണ്ട കുറിഞ്ഞിപ്പൂച്ചയുടെ വികൃതസ്വരത്തോടെ റോസിച്ചേച്ചി ഉറക്കെ ശബ്ദിക്കും.

മറ്റു മുറിയിൽ മക്കളും മരുമക്കളും പേരക്കുട്ടികളും കിടക്കുന്ന തിനാൽ ലോനപ്പേട്ടൻ ഉടൻ മുറിയിൽനിന്നും പുറത്തുചാടും. പിന്നെ അരിശത്തോടെ ടി.വി. ഓൺ ചെയ്ത് നേരം വെളുക്കുവോളം ഫാഷൻ ചാനൽ കണ്ട് കഴുതക്കാമം കരഞ്ഞുതീർക്കും. എന്നിട്ടും അരിശം തീർന്നില്ലെങ്കിൽ വെളുക്കത്തല അപ്പുക്കുട്ടന്റെ ബാർബർ ഷാപ്പിൽ പോയി മുത്തുചിപ്പി വായിച്ച് മനസ്സിന് ശാന്തി വരുത്തും.

ഭർത്താവിന്റെ ഈ അപലക്ഷണം റോസിചേട്ത്ത്യാരിൽ വല്ലാതെ അസ്വസ്ഥതയുണ്ടാക്കാറുണ്ട്. നിത്യേന പള്ളിയിൽ പോകാറുണ്ടെങ്കിലും ലോനപ്പേട്ടന്റെ കാമപ്രാന്തിന്റെ കാര്യം അവർ ദൈവ പുത്രനോട് പരാതിപ്പെടാറില്ല. കാരണം ദൈവപുത്രൻ അവിവാഹിതനായ ഒരു ചെറുപ്പക്കാരനല്ലെ!

അങ്ങനെയാണ് പള്ളിമുറ്റത്തെ കപ്പേളയിലെ മാതാവിനോട് സങ്കടം പറയാൻ തീരുമാനിച്ചത്.

പക്ഷേ റോസിച്ചേട്ത്ത്യാരുടെ സങ്കടം മാതാവ് കേൾക്കുന്നതിന് മുന്നെ തൊട്ടുപിന്നിൽ പ്രാർത്ഥിച്ചിരുന്ന അയൽക്കാരി എൽസി കേട്ടു.

“മാതാവൊന്നും ഈ കാര്യത്തിൽ ഇടപെടില്ല ചേട്ത്ത്യാരെ.” അയൽവാസി എൽസി ചെറുനാണത്തോടെ മൊഴിഞ്ഞു.

“അപ്പോ... നീ മാതാവിനോട് മുട്ടിപ്പായി പ്രാർത്ഥനയ്ക്ക് വന്ന തല്ലാല്ലെ? മറ്റുള്ളോരുടെ പ്രാർത്ഥന ചോർത്താൻ വന്നതാണോ?” അപമാനവും നാണക്കേടും സംഭവിച്ചപോലെ റോസിച്ചേട്ത്ത്യാര് ഇത്തിരി അരിശത്തോടെ ചോദിച്ചു.

“ചേട്ത്ത്യാര് ചൂടാവണ്ട. ഒരു പ്രായം കഴിഞ്ഞാൽ മിക്ക കുടുംബ ത്തിലും ഇതാ സ്ഥിതി. പക്ഷേ ചേട്ത്ത്യാര് വിഷമിക്കണ്ട അതിന് വഴീണ്ട്. കടുക്കയിട്ടു തിളപ്പിച്ച വെള്ളം ഇടയ്ക്കിടെ ലോനപ്പേട്ടന് കുടിക്കാൻ കൊടുത്താൽ മതി. പിന്നെ എവിടേങ്കിലും ചുരുണ്ടു കൂടി കിടന്നുറങ്ങിക്കൊള്ളും. എന്റെ മാപ്ലയ്ക്ക് ഈ അസുഖം മൂത്ത പ്പോൾ ഞാൻ അങ്ങനെയാണ് ചെയ്തത്.” എൽസി സ്വന്തം ഭർ ത്താവിനെ പറ്റിച്ച കാര്യം ധീരവനിതയെപ്പോലെ പറഞ്ഞു.

സേട്ടുവിന്റെ കടയിൽ അടയ്ക്ക വിൽക്കാനാണ് ലോനപ്പേട്ടൻ നഗരത്തിൽ എത്തിയത്. അടയ്ക്ക വിറ്റ 4000 രൂപ ഡ്രോയറിന്റെ പോക്കറ്റിൽ നിക്ഷേപിച്ചു. മഞ്ഞക്കാജയുടെ പൊതിയിൽനിന്നും ഒന്നെടുത്ത് ആഞ്ഞുവലിച്ച് പുക മൂക്കിൽകൂടി വിട്ടു.

മൂത്രമൊഴിക്കാൻ മുട്ടിയാൽ ഒഴിക്കാനുള്ള മൗലികാവകാശ ത്തെക്കുറിച്ച് ലോനപ്പേട്ടൻ ബോധവാനാണ്. അതുകൊണ്ടാണ്

മുൻസിപ്പാലിറ്റിയുടെ ശൗചാലയത്തിലേക്ക് കയറിയത്. ചുമരിൽ സ്ഥാപിച്ചിട്ടുള്ള കവടിപ്പാത്രത്തിൽനിന്നും മൂത്രഗന്ധം 'ഗുമു... ഗുമാ...' എന്ന് മൂക്കിലേക്ക് ഇടിച്ചുകയറി. മൂക്കിലെ രോമം കരിഞ്ഞു പോകാതിരിക്കാൻ മുകളിലേക്ക് നോക്കിയാണ് ലോനപ്പേട്ടൻ മൂത്രം ഒഴിച്ചത്. അപ്പോഴാണ് ചുമരിൽ കരിക്കട്ടകൊണ്ട് വനജ എന്നെഴുതിയ ഫോൺനമ്പർ കണ്ടത്.

റോസിയുടെ കടുക്കവെള്ളം തന്റെ പൗരുഷത്വത്തെ എത്രത്തോളം ബാധിച്ചിട്ടുണ്ട് എന്നറിയാനുള്ള ആഗ്രഹം വനജയിൽക്കൂടി പരീക്ഷിക്കാമെന്ന് ലോനപ്പേട്ടൻ കരുതിയിട്ടുണ്ടെങ്കിൽ അതൊരു തെറ്റാണോ?

പ്രായപൂർത്തിയായവർക്ക് ഉഭയകക്ഷിസമ്മതപ്രകാരം അങ്ങനെ ചിന്തിക്കാമെന്ന് കൊട്ടുവടി മേശപ്പുറത്തടിച്ച് മേൽകോടതി ന്യായാധിപൻ കണ്ണടയ്ക്കു മുകളിലൂടെനോക്കി ഉത്തരവിറക്കിയിട്ടുള്ളതാണ്.

ശൗചാലയത്തിൽനിന്നും പുറത്തിറങ്ങി ശുദ്ധവായു ശ്വസിച്ചു. പിന്നെ ഉത്തരവിറക്കിയ ന്യായാധിപനെ മനസ്സിൽ ധ്യാനിച്ച് ചുമരിൽ കണ്ട വനജയുടെ നമ്പറിലേക്ക് വിളിച്ച് ലോനപ്പേട്ടൻ തന്റെ ആഗ്രഹം പ്രകടിപ്പിച്ചു.

സൗമ്യതയിലും ശൃംഗാരത്തിലുമുള്ള മറുപടി. സ്നേഹത്തോടെയുള്ള ക്ഷേമാന്വേഷണം. ലോനപ്പേട്ടന്റെ മനം കുളിർത്തു. 'ഇങ്ങനെ വേണം പെണ്ണുങ്ങളായാൽ...' ലോനപ്പേട്ടൻ മൃദുലമായ ശബ്ദത്തോടെ പിറുപിറുത്തു. 'റോസിയെ ഉപേക്ഷിച്ചാലോ' എന്നുവരെ ഒരു നിമിഷം ആലോചിച്ചുപോയി.

നഗരത്തിന്റെ ഒഴിഞ്ഞ മൂലയിലേക്ക് അവൾ ലോനപ്പേട്ടനെ ക്ഷണിച്ചു. അടയാളവിവരങ്ങൾ പരസ്പരം കൈമാറി. ബഹിരാകാശത്തേക്ക് വിക്ഷേപിച്ച റോക്കറ്റ്പോലെ ലോനപ്പേട്ടന്റെ മനസ്സും ശരീരഭാഗങ്ങളും കുതിച്ചുണർന്നു.

64കാരനായ ലോനപ്പേട്ടൻ 24കാരന്റെ മനസ്സുമായി ഒരു മൂളിപ്പാട്ടിന്റെ അകമ്പടിയോടെ അവൾ പറഞ്ഞ സ്ഥലത്ത് എത്തിച്ചേർന്നു. പരിസരം വീക്ഷിച്ചു. ഒഴിഞ്ഞുകിടക്കുന്ന കെട്ടിടങ്ങൾ, ജനസാന്നിദ്ധ്യം കുറവ്, എല്ലാംകൊണ്ടും അനുകൂല കാലാവസ്ഥ. അടായളവിവരണത്തിൽ പറഞ്ഞ പെണ്ണൊരുത്തിയെ തേടി കണ്ണുകൾ പാഞ്ഞു.

ഒറ്റപ്പെട്ട സ്ഥലത്ത് ഒരു ഓട്ടോറിക്ഷ ശ്രദ്ധയിൽപ്പെട്ടു. അതിൽനിന്നും വളയിട്ട കൈ ലോനപ്പേട്ടനെ മാടിവിളിച്ചു. ഒരു ലഡുവല്ല 12 ലഡു ഒരുമിച്ച് മനസ്സിൽ പൊട്ടിവിരിഞ്ഞു. നാലുപാടും നിരീക്ഷിച്ച്

'ഈ ദുനിയാവ് മുഴുവൻ തന്റെ കീശയിലാണ്' എന്ന ഭാവത്തോടെ ഓട്ടോറിക്ഷയുടെ അടുത്തേക്ക് ലോനപ്പേട്ടൻ നീങ്ങി.

"വാ... ചേട്ടാ. വണ്ടിയിൽ കയറ്. ഇവിടെ അധികം നിൽക്കുന്നത് ആപത്താണ്." അവൾ മുഖത്ത് മാദകത്വം വരുത്തി പറഞ്ഞു.

ലോനപ്പേട്ടൻ അവളെ കാമത്വരയിൽ നോക്കി. അവളുടെ ശരീര വടിവുകളിലേക്ക് ലോനപ്പേട്ടന്റെ കണ്ണുകൾ പരതിനടന്നു. Fair & lovely പുരട്ടിയ മുഖം, കരിമഷി എഴുതിയ കണ്ണുകളിൽ എന്തോ വശ്യത. ഇരുചെവിയിലും നെറ്റിപ്പട്ടത്തിന് സമാനമായി കമ്മലുകൾ വരിവരിയായി തറച്ചുവെച്ചിട്ടുണ്ട്, കാലിലെ പാദസരം ആവശ്യത്തിനും അനാവശ്യത്തിനും കിലുങ്ങുന്നു. റോസിയിൽ കാണാത്ത എന്തോ മാസ്മരികത അവളിൽ പ്രകടമാകുന്നു.

ഉണക്കമീൻ കണ്ട പൂച്ചയുടെ ആർത്തി ലോനപ്പേട്ടന്റെ കണ്ണുകളിൽ തിളങ്ങുന്നത് അവൾ കണ്ടു.

"പറ്റിയ ഒരു സ്ഥലമുണ്ട് ചേട്ടാ." ചിലമ്പിച്ച ശബ്ദത്തോടെ പറഞ്ഞ് അവൾ ലോനപ്പേട്ടനെ കൈപിടിച്ചു വണ്ടിയിൽ കയറ്റി. ഓട്ടോറിക്ഷ കുതിച്ചുപാഞ്ഞു.

വിജനമായ ഒരു വഴിയിൽ എത്തിയപ്പോൾ മറ്റൊരു ഓട്ടോറിക്ഷയിൽ വന്നവർ പിശാചിന്റെ രൂപത്തിൽ ചാടിയിറങ്ങി അവരെ തടഞ്ഞു.

"ഇങ്ങോട്ട് ഇറങ്ങടീ..." അവർ ആക്രോശിച്ചു. "രണ്ടെണ്ണവും കൂടി വ്യഭിചരിക്കാൻ നടക്കാ. അകത്ത് പോകാൻ റെഡിയായിക്കോ."

"അയ്യോ... പോലീസ്! നമ്മൾ പെട്ടു ചേട്ടാ..." അവൾ തളർച്ചയോടെ ഇരുന്നു.

മാണിക്യം നഷ്ടപ്പെട്ട പാമ്പിനെപ്പോലെ ലോനപ്പേട്ടൻ പകച്ചിരുന്നു. ബഹിരാകാശത്തേക്ക് കുതിച്ച റോക്കറ്റ് ഭൂമിയിലേക്ക് പൊടുന്നനെ പതിച്ചു. തണുത്ത കാറ്റ് വീശുന്നുണ്ടെങ്കിലും ഇരുചെന്നിയിൽക്കൂടി ഒരു കിലോ ഉപ്പു കലർന്ന വിയർപ്പ് ഒഴുകിക്കൊണ്ടിരുന്നു.

"ഇങ്ങോട്ട് ഇറങ്ങടാ നായിന്റെ മോനേ..." പോലീസ് ശൗര്യം കാണിച്ചുതുടങ്ങി.

"സാറേ, ചതിക്കരുത് ഈ ചേട്ടനൊരു പാവാ." ഞങ്ങൾ എങ്ങോട്ടെങ്കിലും പോയ്ക്കോളാം." അവൾ കൊഞ്ചി.

"നീ വെറുതെ കൊഞ്ചണ്ടാ. ഞങ്ങളുടെ മനസ്സ് നിറഞ്ഞാൽ ആലോചിക്കാം." മദ്യത്തിന്റെ മണമടിക്കുന്ന പോലീസുകാരൻ പറഞ്ഞു.

“കൈയിലുള്ളത് കൊടുക്ക് ചേട്ടാ. വേഗം കൊടുത്ത് പോകാൻ നോക്ക്.” ധൃതിയിൽ അവൾ പറഞ്ഞുകൊണ്ടിരുന്നു.

വന്ന പോലീസുകാരിൽ ഒരാൾ ലോനപ്പേട്ടന്റെ ശരീരം പരിശോധിക്കാൻ തുടങ്ങി. ഡ്രോയറിന്റെ പോക്കറ്റിലെ കനമുള്ള പൊതി അയാൾ എടുത്തു.

“ചതിക്കല്ലെ സാറേ. അടയ്ക്ക വിറ്റ കാശാ.” ചേലയഴിക്കാൻ ശ്രമിക്കുന്ന ദുശ്ശാസനന്റെ കൈപ്പിടിയിൽപ്പെട്ട ദ്രൗപതിയെപോലെ ലോനപ്പേട്ടൻ വിലപിച്ചു.

“ഫാ.... നായിന്റെ മോനേ... വ്യഭിചാരത്തിനു വന്നിട്ട് സോഷ്യലിസം പറയുന്നോ?” അവരിലൊരാൾ ലോനപ്പേട്ടന്റെ മുഖത്ത് ആഞ്ഞുവീശിയടിച്ചു.

“മിണ്ടാണ്ടിരിക്ക് ചേട്ടാ. എങ്ങനെങ്കിലും രക്ഷപ്പെടാൻ നോക്ക്.” അവൾ ലോനപ്പേട്ടന്റെ പുറംതലോടി പറഞ്ഞുകൊണ്ടിരുന്നു.

ലോനപ്പേട്ടൻ ഏറുകൊണ്ട പട്ടിയെപ്പോലെ മോങ്ങി നോക്കി. പക്ഷേ ഓട്ടോറിക്ഷയിൽ വന്നവർ അവളേയും കയറ്റി പാഞ്ഞു പോയി.

ഇരുട്ടുനിറഞ്ഞ പാതാളത്തിലേക്ക് കാൽവഴുതിവീണപോലെ ലോനപ്പേട്ടൻ കുറച്ചുനേരം തരിച്ച് നിന്നു.

“ചേട്ടാ, പെട്ടുപോയി അല്ലെ?” തുരുമ്പിച്ച ഗെയ്റ്റ് തുറക്കുന്ന ശബ്ദത്തോടെ തൊട്ടടുത്തുള്ള പെട്ടിക്കടക്കാരന്റെ പരിഹാസ ചോദ്യം.

“ഇത് അവളുടെ സ്ഥിരം പരിപാടിയാണ്.”

“ആ വന്നവർ പോലീസുകാരൊന്നുമല്ല. തട്ടിപ്പുസംഘമാണ്. നാണക്കേട് കാരണം ആരും പോലീസിൽ പരാതിപ്പെടില്ലല്ലോ.”

നാവ് നാട്ടുകാരുടേതാണല്ലോ, അത് കെട്ടിയിടാൻ ലോനപ്പേട്ടന് കഴിയില്ല. സംഗതി നാട്ടിൽ പാട്ടായാൽ പതിനായിരം നാവുകളിലൂടെ പടരുമെന്ന് ലോനപ്പേട്ടനറിയാം. ‘എല്ലാംകൊണ്ടും മൗനമാണ് ഭൂഷണ’മെന്ന് ലോനപ്പേട്ടൻ മനസ്സിൽ കരുതി.

പെട്ടിക്കടക്കാരന്റെ മുഖത്തെ പരിഹാസച്ചിരി നേരിടാനാകാതെ മഞ്ഞക്കാജയും ഇളിഭ്യതയും മാത്രം കൈവശം വെച്ച് തികട്ടി വരുന്ന കുറ്റബോധത്തോടെ കുമ്പസാരക്കൂട് ലക്ഷ്യമിട്ട് വാർചെരിപ്പിട്ട കാലുമായി ലോനപ്പേട്ടൻ മടങ്ങി.

സൗജന്യ ഉപദേശം: പൊതുശൗചാലയത്തിലെ ഫോൺ നമ്പർ കണ്ട് ആരുടേയും മനസ്സിൽ വേണ്ടാതീനം കടന്നുവരരുത്.

■

നവംബർ രണ്ടും അന്തോണ്യേട്ടന്റെ വരവും

മരണം കാത്തുകിടക്കുന്നവരെ കൂട്ടിക്കൊണ്ടുപോകുന്ന പണിയാണല്ലോ ബഹുമാനപ്പെട്ട കാലന്. ശ്രീ. കാലൻ എത്ര രഹസ്യമായി വന്നാലും അത് കണ്ടെത്തി നാട്ടുകാർക്കും വീട്ടുകാർക്കും മുൻകൂട്ടി സൂചന കൊടുക്കുന്ന ദൗത്യം കൃത്യമായി പാലിക്കുന്ന മറ്റൊരു മഹാനാണ് നായ.

ബഹുമാനപ്പെട്ട കാലൻസാറ് പോത്തിന്റെ പുറത്ത് വന്നാലും ഓട്ടോറിക്ഷയിൽ വന്നാലും മഹാനായ നായ ആകാശത്തേക്ക് നോക്കി ഓലിയിട്ട് വിവരം തരും.

പണ്ടുകാലത്ത് അത് കേൾക്കുമ്പോൾ ഞങ്ങൾ കുട്ടികൾ അമ്മൂമ്മയെ നോക്കും. കാരണം തറവാട്ടിലെ ഏറ്റവും പ്രായമുള്ള അംഗം അപ്പോൾ അമ്മൂമ്മയായിരുന്നു. ഞങ്ങളുടെ നോട്ടത്തിന്റെ ഉദ്ദേശ്യം മനസ്സിലാകുമ്പോൾ അമ്മൂമ്മ രാമ... രാമ... രാമ... എന്ന് ദയനീയ മുഖത്തോടെ നാമം ജപിച്ചുതുടങ്ങും. അമ്മൂമ്മയുടെ രാമ... രാമ... എന്ന നാമം ഹൈക്കോടതിയിലെ മുൻകൂർ ജാമ്യമായി കണ്ട് കാലൻ സാറ് മടങ്ങിപ്പോയ ചരിത്രംവരെയുണ്ട്.

എപ്പോഴെങ്കിലും എന്നെ കൊണ്ടുപോകാൻ ശ്രീമാൻ കാലൻ വരുകയാണെങ്കിൽ ആ വിവരം മുൻകൂട്ടി അറിയിക്കണമെന്ന് നാട്ടിലെ സകല ശ്വാനന്മാരേയും ഞാൻ ചട്ടംകെട്ടിയിട്ടുണ്ട്. അതിന് അവരുടെ സിംപതി കിട്ടാൻ മീൻചാറ് പുരട്ടിയ ചോറ് ഇടയ്ക്കിടെ കൊടുക്കാറുണ്ട്. മീൻകഷ്ണം കൊടുക്കാത്തതിൽ അവർക്ക് നിരാശയുണ്ടെങ്കിലും വാലാട്ടി നന്ദി പ്രകടിപ്പിക്കാറുണ്ട്.

കാലന്റെ വരവ് മുൻകൂട്ടി അറിയിക്കുന്ന നായയെ അന്നുമുതൽ എനിക്ക് ബഹുമാനമായിരുന്നു. ആ ബഹുമാനം മൂത്തുമൂത്ത് ഞാനൊരു നായയായി മാറിയെന്നതാണ് സത്യം.

പാതിരാത്രിയിൽ ഉറക്കത്തിൽനിന്നും ഞെട്ടിയുണർന്ന എനിക്ക് വാല് മുളച്ചതായി കണ്ടു. മാത്രമല്ല കൂർത്ത ചെവിയും കോമ്പൻ പല്ലുകളും വന്നു. എന്റെ ശരീരം ഞാൻതന്നെ തൊട്ടുതലോടി പരിശോധിച്ചു. തികച്ചും നായയുടെ രൂപംതന്നെ. എന്നിട്ടും ഞാൻ ഞെട്ടിയില്ല. കാരണം നായ്ക്കളെ ഞാൻ അത്രയ്ക്ക് സ്നേഹിക്കുന്നുണ്ടായിരുന്നു.

കട്ടിലിൽനിന്നും ഞാൻ ചാടിയിറങ്ങി. പുറകിലെ രണ്ടുകാൽ മടക്കിയും മുൻകാലുകൾ നിവർത്തിവെച്ചും നാവ് പുറത്തിട്ടും ഞാൻ കുത്തിയിരുന്നു. പിന്നെ കണ്ണാടിയിൽ നോക്കിയപ്പോൾ ഞാനൊരു നായയായി മാറിയ സത്യം എനിക്ക് ബോദ്ധ്യപ്പെട്ടു. എന്റെ രൂപം കണ്ട് എനിക്കുതന്നെ ചിരിവന്നു. ഉടൻ കട്ടിലിൽ തന്റെ കൂടെ കിടന്നിരുന്ന ഭാര്യ ഗീതയെ നോക്കി. അവൾ പട്ടിയെപോലെ രൂപം പ്രാപിച്ചിട്ടുണ്ടെങ്കിൽ സമാധാനമായി. രണ്ടുപേർക്കുംകൂടി തെണ്ടിത്തിരിഞ്ഞ് കഴിയാമല്ലോയെന്ന് കരുതി. പക്ഷേ ഗീത അപ്പോഴും മനുഷ്യരൂപത്തിൽതന്നെ കിടന്നുറങ്ങുന്നതാണ് കണ്ടത്. എന്തായാലും അവളെ ഉണർത്തണ്ട. തന്റെ രൂപം കണ്ട് അവൾ ഭയപ്പെടേണ്ട. ഞാൻ പതുക്കെ മുറിയിൽനിന്നും പുറത്തേക്കിറങ്ങി വീടിന്റെ പടിഞ്ഞാപ്പുറത്തേക്ക് നടന്നു.

മുൻകാലുകൾ രണ്ടും മുന്നിലേക്കും പിൻകാലുകൾ രണ്ടും പുറകിലേക്കും വലിച്ചുപിടിച്ച് ഒന്ന് ഞെളിപിരികൊണ്ട് കോട്ടുവായിട്ടു. ആ സമയം കഴുത്തിൽ ചെള്ള് കടിച്ചു. എന്റെ വലതുമുൻകാലുകൊണ്ട് കഴുത്തിൽ ഞാൻ ചൊറിഞ്ഞു. പിന്നെ ശരീരം ഒന്നു കുടഞ്ഞു. എന്റെ വിധി നായയാകാനാണ്. എന്നാൽ പിന്നെ അങ്ങനെ ജീവിക്കുക. ഞാൻ സമാധാനപ്പെട്ടു.

ഉറക്കം വരുമ്പോൾ ഉറങ്ങാം, വിശക്കുമ്പോൾ മാത്രം ഭക്ഷണം തേടിയാൽ മതി, വിത്ത് വിതയ്ക്കണ്ട, കൊയ്യണ്ട, കളപ്പുരയിൽ ശേഖരിക്കേണ്ട. നെല്ല് വിറ്റ കാശിനായി നെട്ടോട്ടം ഓടണ്ട, പിരിവുകാരെ ഭയക്കേണ്ട, ഹർത്താലുകൾ ബാധകമല്ല, ജാതി സർട്ടിഫിക്കറ്റിനായി വില്ലേജ് ആഫീസിൽ പോകണ്ട, ഭക്ഷണം തരുന്നവരോട് നന്ദി പ്രകടിപ്പിക്കാം, അവർക്ക് കാവലായി ഉറക്കമുണർന്നിരിക്കാം. അങ്ങനെ മനുഷ്യരിൽനിന്നും വ്യത്യസ്തനായി നന്ദിയുള്ളവൻ എന്ന സൽപ്പേര് നേടാം. എന്റെ രൂപമാറ്റത്തിൽ ഞാൻ അഭിമാനിച്ചു. പക്ഷേ കന്നിമാസത്തിൽ മാത്രമേ ഇണചേരാൻ തോന്നൂ എന്ന കാര്യത്തിൽ എനിക്ക് നിരാശയുണ്ടായിരുന്നു.

ഞാൻ സമാധാനത്തോടെ പടിഞ്ഞാപ്പുറത്തുള്ള വരാന്തയിൽ ചെരിഞ്ഞു കിടന്നു. അപ്പോഴാണ് പള്ളിമണിയുടെ നേരിയ ശബ്ദം

കേട്ടത്. ഞാൻ ചെവി കൂർപ്പിച്ച് തലയുയർത്തി നോക്കി. തൂവെള്ള വസ്ത്രമുടുത്ത് കാലിൽ കറുത്ത ഷൂ ധരിച്ച് ആരോ ഒരാൾ തെങ്ങിൻ ചുവട്ടിൽ നിൽക്കുന്നു. മാത്രമല്ല കുന്തിരിക്കത്തിന്റെ മണവും ധൂമ ക്കുറ്റിയിൽനിന്നുള്ള പുകയും കാണുന്നു. ആരുടെയോ ആത്മാവാ ണെന്ന് എനിക്ക് മനസ്സിലായി. ഞാൻ തല മുകളിലേക്ക് പൊക്കി ആകാശത്തേക്ക് നോക്കി ഓലിയിട്ടു. 'അത് എന്റെ കർത്തവ്യമാ ണല്ലോ.'

"മുകുന്ദൻകുട്ട്യേ... ഇത് ഞാനാണ് അന്തോണിമാപ്ള. വെറുതെ കിടന്ന് ഓലിയിടണ്ട." വന്ന ആത്മാവ് സൗമ്യതയോടെ പറഞ്ഞു.

സൗമ്യമായ പെരുമാറ്റം കണ്ടപ്പോൾ ഞാൻ വാലാട്ടി. 'അത് എന്റെ മര്യാദ.'

വാലാട്ടിക്കൊണ്ടുതന്നെ ഞാൻ അടുത്തേക്ക് ചെന്നു. പോകുന്ന വഴി വഴിതെറ്റാതിരിക്കാൻ കാൽപൊക്കി ഇത്തിരി മൂത്രം കിണ റിന്റെ മതിലിൽ ചീറ്റി.

പണ്ടു ഞങ്ങളുടെ തറവാട്ടുപറമ്പിലെ തെങ്ങിൽനിന്നും വീണു മരിച്ച അന്തോണ്യേട്ടന്റെ അത്മാവാണതെന്ന് ഞാൻ തിരിച്ചറിഞ്ഞു. ഞാൻ വാലാട്ടിക്കൊണ്ട് പരിചയം നടിച്ചു, പിന്നെ ഒന്നു മോങ്ങി.

മുറുക്കാൻകറ വന്ന പല്ല് കാണിച്ച് അന്തോണ്യേട്ടൻ ചിരിച്ചു. പിന്നെ യാതൊരു കൂസലുമില്ലാതെ താൻ വീണ തെങ്ങിന്റെ മണ്ട യിലേക്ക് വലിഞ്ഞുകയറി. അപ്പോഴും ഇളംനീല വരയുള്ള ഡ്രോയ റിന്റെ പകുതി ഭാഗം പുറത്തേക്ക് കാണാമായിരുന്നു.

"അന്തോണ്യേട്ടാ... നിങ്ങൾ ഇതുവരെ ഈ നാട്ടിൽനിന്നും പോയില്ലേ? നിങ്ങൾക്ക് താമസിക്കാൻ പള്ളിസെമിത്തേരിയിൽ സ്ഥലമൊരുക്കിയിട്ടുണ്ടല്ലോ. പിന്നെ എന്തിനാ വെറുതെ ഇങ്ങോട്ടു വന്നത്?" ഞാൻ ചെറിയ നീരസത്തോടെ ചോദിച്ചു.

"മുകുന്ദൻകുട്ട്യേ.... മോൻ നായടെ രൂപത്തിൽ വന്നാലും പൂച്ച യുടെ രൂപത്തിൽ വന്നാലും ഈ അന്തോണിക്ക് എല്ലാം മനസ്സിലാ ക്കാൻ കഴിയും. പണ്ട് കുട്ടിക്ക് സ്കൂളിലേക്ക് ചോറുകൊണ്ടുപോകു മ്പോൾ തേങ്ങാച്ചമ്മന്തി നിർബ്ബന്ധമാണെന്നും ചമ്മന്തിയരയ്ക്കാൻ ഒറ്റ തേങ്ങയില്ലെന്നും മോന്റെ വല്യമ്മ പറഞ്ഞപ്പോഴാണ് ഞാൻ ഈ തെങ്ങിൽ കയറിയത്. പക്ഷേ തെങ്ങ് ചതിച്ചു. ഞാൻ താഴെ വീണു. കർത്താവ് എന്നെ കൊണ്ടുപോകുകയും ചെയ്തു."

"തെങ്ങിനെ കുറ്റം പറയണ്ട, നിങ്ങൾ കള്ള് കുടിച്ചിട്ടല്ലെ അന്ന് തെങ്ങിൽ കയറിയത്?" നായയാണെങ്കിലും ഉള്ള കാര്യം മുഖത്ത് നോക്കി ഞാൻ പറഞ്ഞു.

“അന്തോണി കള്ള് കുടിക്കാതെ ഇന്നേവരെ ഒരു തെങ്ങിലും കയറിയിട്ടില്ല. അതും അന്തിക്കാട് നിന്നും വരുന്ന അസ്സല് മൂത്ത കള്ള്. ആ കള്ള് കുടിച്ചിട്ടൊന്നും ഒരാളും തെങ്ങിൽനിന്നും വീഴില്ല. ഇപ്പോഴത്തെ പിള്ളേര് ചിറ്റൂരിൽനിന്നും വരുന്ന പൊടിയിട്ട കള്ളല്ലേ കുടിക്കുന്നത്. എന്നിട്ട് വയറിളകി നടക്കുകയാണ്. അതുകൊണ്ടല്ലേ അവറ്റങ്ങള് കഞ്ചാവ് വലിച്ച് ലക്കില്ലാതെ നടക്കുന്നത്. ആ ഗതികേടൊന്നും അന്തോണിക്ക് വന്നിട്ടില്ല.” തെങ്ങിന്റെ മണ്ടയിലിരുന്ന് കള്ളിനെ ന്യായീകരിച്ചുകൊണ്ട് അന്തോണ്യേട്ടൻ പറഞ്ഞു. പിന്നെ ഉറക്കെ പൊട്ടിച്ചിരിച്ചു. കാജാബീഡി ആഞ്ഞുവലിച്ചു പുക പുറത്തേക്ക് തള്ളി.

വീണ്ടും ഞാൻ കാലുപൊക്കി ഇത്തിരി മൂത്രം മറ്റൊരു തെങ്ങിൽ ചീറ്റി.

“കഴിഞ്ഞത് കഴിഞ്ഞു. വല്യമ്മയും അമ്മയുമെല്ലാം സ്വർഗ്ഗത്തിലേക്ക് എന്നേ പോയി. ഇപ്പോ ഞാനും എന്റെ ഭാര്യയും മക്കളുമാണ് ഇവിടെ താമസിക്കുന്നത്. അവർക്ക് അന്തോണ്യേട്ടനെ അറിയില്ലല്ലോ. അവർ വല്ലാതെ പേടിക്കും. അതുകൊണ്ട് ചേട്ടൻ എത്രയും പെട്ടെന്ന് സ്വർഗ്ഗത്തിലേക്ക് തിരിച്ചുപോകൂ.

“മോനേ ഇന്ന് നവംബർ രണ്ട് ആണ്. മരിച്ചുപോയ എല്ലാ ക്രിസ്ത്യാനികളുടേയും ആത്മാവ് അവനവന്റെ പള്ളി സെമിത്തേരിയിലേക്ക് വരുന്ന ദിവസമാണ്. അന്ന് ഞങ്ങൾക്ക് വേണ്ടി അച്ചന്മാര് ഒപ്പീസ് ചൊല്ലും. അതിനുവേണ്ടിയാണ് ഞാനും പുറനാട്ടുകര പള്ളി സെമിത്തേരിയിൽ എത്തിയത്. എന്റെ പിള്ളേര് പൂക്കളെല്ലാം നിരത്തിവെച്ചിട്ടുണ്ട്. കണ്ടപ്പോൾ സന്തോഷമായി.”

“ഒക്കെ ശരിതന്നെ. പിന്നെ എന്തിനാ ഇങ്ങോട്ടുവന്നേ? പള്ളി സെമിത്തേരിയിൽ കൂടിയാൽ പോരേ?” ഞാൻ പിൻകാലിലിരുന്ന് തല മുകളിലേക്ക് ഉയർത്തി ചോദിച്ചു.

“മുകുന്ദൻകുട്ട്യേ, എനിക്ക് നിങ്ങളെ വല്യ ഇഷ്ടാ. നിങ്ങളെ കാണാനാണ് സ്വർഗ്ഗത്തിൽനിന്നും പ്രത്യേക പെർമിഷൻ വാങ്ങി ഞാൻ ഇവിടെ വന്നത്. ഞാൻ തെങ്ങു കയറിയിട്ട നാളികേരം കൊണ്ടല്ലേ നിങ്ങളുടെ വല്യമ്മ നിങ്ങൾക്ക് തേങ്ങാച്ചമ്മന്തിയുണ്ടാക്കിത്തന്നത്.” വാത്സല്യം നിറഞ്ഞ കണ്ണുകളോടെ അന്തോണ്യേട്ടൻ പറഞ്ഞു.

എന്റെ സ്നേഹത്തിനായി അന്തോണ്യേട്ടൻ ആഗ്രഹിക്കുന്നുണ്ടെന്നറിഞ്ഞപ്പോൾ ആർദ്രതയോടെ ഞാൻ അദ്ദേഹത്തെ നോക്കി.

“ശരിയാണ് അന്തോണ്യേട്ടാ. ഞാൻ അഞ്ചാംക്ലാസ് മുതൽ പത്താംക്ലാസ്സുവരെ തൂക്കുപാത്രത്തിൽ ചോറും അതിനു മുകളിൽ

ക്ഷേത്രത്തിലെ ബലിക്കല്ലുപോലെ തേങ്ങാച്ചമ്മന്തിയും വെച്ച് കൊണ്ടുപോയിട്ടുണ്ട്. പാഠപുസ്തകം എടുക്കാൻ മറന്നാലും ചോറ്റു പാത്രം എടുക്കുവാൻ മറന്നിട്ടില്ല. നേതാവിന്റെ കൂടെയുള്ള ശിങ്കിടി യെപ്പോലെ ചോറ്റുപാത്രം എപ്പോഴും എന്റെ കൂടെയുണ്ടാകും.

ഉച്ചയ്ക്കുള്ള ഇടവേളയ്ക്കായി പ്യൂൺ രാമകൃഷ്ണേട്ടന്റെ കൈ കുലുങ്ങിയാൽ മതി, അപ്പോൾതന്നെ കൈകഴുകാതെതന്നെ ചോറ്റു പാത്രം തുറക്കും. അപ്പോൾ വമിക്കുന്ന മണമാണ് ലോകത്തിലെ ഏറ്റവും നല്ല മണമെന്ന് എനിക്ക് തോന്നിയിട്ടുണ്ട്.

“മുടക്കം കൂടാതെ തെങ്ങ് കയറി തേങ്ങ തന്നിരുന്ന ചേട്ടനോട് നന്ദിയുണ്ട്.” ഞാൻ വാലാട്ടിക്കൊണ്ട് പറഞ്ഞു.

“സന്തോഷമായി മുകുന്ദൻകുട്ട്യേ... സന്തോഷമായി. എനിക്ക് തിരിച്ചുപോകാൻ സമയമായി. ഇനി അടുത്ത വർഷം നവംബർ രണ്ടിന് വരാം.” അന്തോണ്യേട്ടൻ തെങ്ങിന്റെ മുകളിൽനിന്നും താഴോട്ട് എടുത്തുചാടി.

എന്റെ ദേഹത്ത് വീഴുമെന്ന് കരുതി ഞാൻ പെട്ടെന്ന് ചാടിമാറി. ഞാൻ ഒരു കരച്ചിലോടെ താഴെ വീണു.

എന്റെ കരച്ചിൽ കേട്ട് ഗീത ഞെട്ടിയുണർന്നു. കട്ടിലിന്റെ താഴെ വീണുകിടക്കുന്ന എന്നെ കണ്ട് അവൾ ആശങ്കപ്പെട്ടു.

“കണ്ണിക്കണ്ട ദുഃസ്വപ്നം കണ്ട് കിടന്നിട്ടാണ് പേടിച്ചു താഴെ വീണത്.” അവൾ പിറുപിറുത്തുകൊണ്ട് എന്നെ പിടിച്ചെഴുന്നേൽപ്പിച്ച് വീണ്ടും കട്ടിലിൽ പിടിച്ചുകിടത്തി.

ചില്ലറപ്പൈസ കൊണ്ടുവന്ന് എന്റെ ദേഹമാസകലം ഉഴിഞ്ഞ് ഭഗവതിയോട് എന്തോ രഹസ്യമായി പ്രാർത്ഥിച്ച് മാറ്റിവെച്ചു.

അപ്പോഴും ഞാൻ എന്റെ വാൽ തപ്പിക്കൊണ്ടിരിക്കുകയായിരുന്നു.

■

വഴിതെറ്റി വന്ന മരണം

അമ്മയുടെയും നവജാതശിശുവിന്റെയും ബോഡി കയറ്റിയ ആംബുലൻസ് മോർച്ചറി കോമ്പൗണ്ടിൽനിന്നും പുറത്തേക്ക് നീങ്ങുന്നത് അയാൾ നിർവികാരതയോടെ നോക്കി നിന്നു. ആംബുലൻസിലെ ജനൽവഴി വൃദ്ധൻ അയാളെ നോക്കി. ആ കണ്ണുകളിൽ ആദരവ് നിഴലിച്ചിരുന്നു. വൃദ്ധന്റെ ശോഷിച്ച കൈ അയാൾക്ക് നേരെ നന്ദി സൂചകമായി വീശിക്കൊണ്ടിരുന്നു. ആംബുലൻസ് കണ്ണിൽനിന്നും മറഞ്ഞപ്പോൾ അയാൾ കാക്കനാട് കെമിക്കൽ ലാബറട്ടറിയിലേക്കുള്ള വിശ്രയടങ്ങിയ ബിഗ്ഷോപ്പർ തൂക്കിപ്പിടിച്ച് മെഡിക്കൽ കോളേജ് ബസ്സ്റ്റോപ്പിലേക്ക് പതുക്കെ നടന്നു.

തൂക്കിപ്പിടിച്ച ബിഗ്ഷോപ്പറിന് ഭാരം കൂടുന്നതായി അയാൾക്ക് തോന്നി. മരണപ്പെട്ട 21 വയസ്സുകാരി ഇന്ദുജയുടെ ആന്തരികാവയവങ്ങളാണ് തന്റെ ബാഗിൽ.

എങ്ങനെയാണ് അവളെ പാമ്പ് കടിച്ചത്? എന്തിനാണ് അവൾ മരിച്ചത്? പാമ്പുകടിച്ചവരെല്ലാം മരിക്കാറില്ലല്ലോ? നിറവയറിൽ പുറം ലോകം കാണാൻ വെമ്പൽകൊണ്ട ഗർഭസ്ഥശിശുവിനെയും കൂടെക്കൊണ്ടുപോയത് എന്തിനാണ്? ഉത്തരം കിട്ടാത്ത ചോദ്യവുമായി അയാൾ നീട്ടിവലിച്ചു നടന്നു.

"സാറേ..."

വിളികേട്ടപ്പോൾ അയാൾ തിരിഞ്ഞുനോക്കി. പക്ഷേ ആരെയും കാണാനില്ല. അയാൾ ഇടതുകൈയിൽനിന്നും ബിഗ്ഷോപ്പർ വലതു കൈയിലേക്ക് മാറ്റിപ്പിടിച്ച് നടപ്പിന് വേഗത കൂട്ടി.

"എന്റെ മകനെവിടെ?" വീണ്ടും ചോദ്യം

അയാൾ നാലുപാടും നോക്കി

"എന്നെ ഏങ്ങോട്ടാണ് കൊണ്ടുപോകുന്നത്? എന്തിനാണ് എന്റെ മകനെ എന്നിൽനിന്നും വേർപ്പെടുത്തിയത്?" ഇപ്പോഴത്തെ ചോദ്യത്തിൽ ഒരു തേങ്ങലുണ്ടായിരുന്നു.

“ഇന്ദുജയാണോ?” അയാൾ തന്റെ കൈവശമുള്ള ബിഗ് ഷോപ്പറിലേക്ക് നോക്കി ചോദിച്ചു.

“ഉം...” ഒരു മൂളൽ മാത്രം. ആ മൂളലിൽ ഒരു ഗദ്ഗദമുള്ളതായി അയാൾ അറിഞ്ഞു.

ഇന്ദുജയുടെ ആത്മാവാണ് തന്റെ കൈയിലുള്ള ബിഗ് ഷോപ്പറിലുള്ളത്. അവളാണ് തന്നോട് സംസാരിക്കുന്നത്. തനിക്ക് ഭയമുണ്ടോ? അയാൾ സ്വയം ചോദിച്ചു. എന്തിന് ഭയപ്പെടണം? വിജനമായ സ്ഥലത്ത് തൂങ്ങിക്കിടക്കുന്ന എത്ര ശവശരീരത്തിനു കീഴിൽ താൻ കാവൽ നിന്നിട്ടുണ്ട്. റെയിൽവേ ട്രാക്കിൽ ഛിന്നഭിന്നമായി കിടക്കുന്ന സ്വപ്നങ്ങൾ മാത്രം അവശേഷിച്ച എത്ര ശവശരീരങ്ങൾ പെറുക്കിക്കൂട്ടി കാവൽ കിടന്നിട്ടുണ്ട്. എത്രവട്ടം ശവം കീറിമുറിക്കൽ പരിശോധനയ്ക്കായി മെഡിക്കൽ കോളേജിലേക്ക് കൊണ്ടുവന്നിട്ടുണ്ട്. അവരാരും തന്നെ ഭയപ്പെടുത്തിയിട്ടില്ല. തന്നെ മാത്രമല്ല ഒരു പോലീസുകാരനെയും ഒരു ശവവും ശല്യംചെയ്തിട്ടില്ല.

“ഇന്ദൂ...” അയാൾ സൗമ്യമായി വിളിച്ചു,

“ഉം...” അവൾ പതുക്കെ മൂളി.

“നിന്നെപ്പോലെ സുന്ദരിയായ ഒരു പെൺകുട്ടിയെ എന്തിനാണ് പാമ്പ് കടിച്ചത്? സൂക്ഷിച്ചു നടന്നിരുന്നെങ്കിൽ പാമ്പ് കടിക്കുമായിരുന്നോ?” അയാൾ സൗമ്യമായി ചോദിച്ചു,

മറുപടിയായി ആദ്യം അവളൊന്നു ചിരിച്ചു. “പാമ്പ് കടിയേൽക്കാതിരിക്കാൻ ചന്ദ്രവംശത്തെ പരീക്ഷിത്ത് രാജാവ് പരമാവധി ശ്രമിച്ചില്ലേ? എന്നിട്ടും അദ്ദേഹം തക്ഷകന്റെ കടിയേറ്റ് മരിച്ചില്ലേ?”

അവളുടെ മറുപടിയിൽ അയാൾ കുറച്ചുനേരം മിണ്ടാതെ നടന്നു.

പരീക്ഷിത്ത് രാജാവിനെ ശൃംഗിമുനി ശപിച്ചതാണ്. ഇവളെ ആരാണ് ശപിച്ചത്? പക്ഷേ അയാൾ ഇക്കാര്യം അവളോട് ചോദിച്ചില്ല. അവളെ വേദനിപ്പിക്കാൻ അയാൾക്ക് മനസ്സുവന്നില്ല.

“പാമ്പുകടിയേറ്റ് ചികിത്സയിലിരിക്കെ മരിച്ച എന്നെ എന്തിനാണ് പോസ്റ്റുമോർട്ടം മുറിയിൽ കൊണ്ടുപോയി എന്റെ മകനെ എന്നിൽ നിന്നും വേർപ്പെടുത്തിയത്? നിങ്ങൾ പോലീസല്ലേ അതിന് വഴിയൊരുക്കിയത്. ഇപ്പോൾ നിങ്ങൾ എന്നെ എങ്ങോട്ടാ കൊണ്ടുപോകുന്നത്? എനിക്ക് നിങ്ങളെ വിശ്വാസമില്ല.” അവളുടെ ഇപ്പോഴത്തെ സംസാരത്തിൽ പകയും ഈർഷ്യയുമുണ്ടായിരുന്നു.

“ശരിയാണ് ഇന്ദുജ. നിന്നെ പോസ്റ്റുമോർട്ടം ചെയ്യേണ്ട കാര്യമില്ലായിരുന്നു. മരണത്തിൽ യാതൊരു ദുരൂഹതയും ഇല്ലായിരുന്നു. എന്നിട്ടും അത് വേണ്ടിവന്നു.” അയാൾ പിറുപിറുത്ത് നടപ്പിന് വേഗത കൂട്ടി.

“അതിർത്തിയിൽ കാവൽ കിടക്കുന്ന പട്ടാളക്കാരനായ എന്റെ ഭർത്താവിനോട് ഞാൻ എന്തു മറുപടി പറയും? മകനെ കാണാനുള്ള വ്യഗ്രതയോടെ ഓടി വരുന്ന അദ്ദേഹത്തെ ആര് സമാധാനിപ്പിക്കും?” ചിലങ്കകൊണ്ട് തല പൊളിച്ച് ചോരയൊലിപ്പിക്കുന്ന കണ്ണകിയുടെ പ്രതികാരദാഹത്തോടെ അവൾ പൂലമ്പിക്കൊണ്ടിരുന്നു.

ഇപ്രാവശ്യം അയാൾ ഭയന്നു. എന്നിട്ടും സൗമ്യതയോടെ പറഞ്ഞുതുടങ്ങി.

“അച്ഛന്റെ ഏകമകളായ നീ പ്രസവദിവസംതന്നെ പാമ്പുകടിയേറ്റു മരിച്ചു. ഇന്ദുജ എന്ന പേര് നിനക്ക് നഷ്ടപ്പെട്ടു. ബോഡി എന്ന പൊതുനാമധേയത്താൽ നീ അറിയപ്പെട്ടു തുടങ്ങി. ആശുപത്രിയിൽനിന്നും നിന്റെ ബോഡി ആംബുലൻസിൽ കൊണ്ടുവന്നപ്പോൾ സമുദായമുഖ്യന്മാരുടെ നിർദ്ദേശപ്രകാരം നിലത്തിറക്കിക്കിടത്തി. നിലവിളക്ക് തലയ്ക്കൽ കൊളുത്തിവെച്ചു. തേങ്ങാമുറിയിൽ എണ്ണയൊഴിച്ച് തിരിയിട്ട് പല സ്ഥലങ്ങളിലായി കത്തിച്ചുവെച്ചു. നെറ്റിയിലും കൈകാലുകളിലും ഭസ്മം ചാലിച്ചു പൂശി. നെല്ലും അരിയും കലർത്തി ബോഡിക്ക് നാലുവശവും നീളനെയിട്ടു. നിന്റെ മാതാപിതാക്കളുടെയും ബന്ധുക്കളുടെയും മനോവേദനയോടെയുള്ള രോദനം നിന്റെ വീടിനെ ശോകമാക്കി. മകൾ നഷ്ടപ്പെട്ടത് വിശ്വസിക്കാൻ കഴിയാതെ ഉമ്മറത്ത് തൂണും ചാരി നിന്റെ അച്ഛൻ ഇരുന്നു. മുതിർന്നവർ ജീവിച്ചിരിക്കുമ്പോൾ താഴെയുള്ളവരെ ദഹിപ്പിക്കുന്ന കീഴ്‌വഴക്കമില്ലല്ലോ. വീടിന്റെ തെക്കുഭാഗത്ത് നിന്നെ അടക്കംചെയ്യാനുള്ള കുഴി തയ്യാറാക്കിക്കൊണ്ടിരിക്കുന്നു.

അപ്പോഴാണ് കാലഹരണപ്പെട്ടുപ്പോയ ചില തെറ്റായ ധാരണ ഉത്ഭവിച്ചത്. പൂർണ്ണഗർഭിണിയായ നിന്നെ അതേപടി കുഴിച്ചിട്ടാൽ ഈ നാട് നശിച്ചതുതന്നെ. നമ്മുടെ നാടിന്റെ അഭിവൃദ്ധിയും ഐശ്വര്യവും നഷ്ടപ്പെട്ടുപോകും. ചിലർ പരസ്പരം കുശുകുശുപ്പു തുടങ്ങി. കുശുകുശുപ്പു നടത്തിയവർ പിറുപിറുത്തു തുടങ്ങി പിറുപിറുക്കുന്നവർ പിന്നെ സംസാരിച്ചു തുടങ്ങി. അത് കിഴക്കൻകാറ്റിനൊപ്പം നിന്റെ വീട്ടിലെ ചുമരുകളിൽ തട്ടി പലരുടേയും ചെവികളിലേക്ക് ഇരച്ചുകയറി. ചിലർ മറുചെവികളിലൂടെ അത് പുറത്തേക്ക് കളഞ്ഞു. മറ്റു ചിലർ ആ വാർത്ത അവരുടെ തലച്ചോറിലേക്ക് കടത്തിവിട്ട് വെള്ളമൊഴിച്ച് മുളപ്പിച്ച് വളർത്തി പിന്നെ കണ്ണിൽക്കൂടിയും വായിൽക്കൂടിയും പുറത്തേക്ക് വിട്ടു.

എങ്ങനെയോ ഉത്ഭവിച്ച ആ തെറ്റായ ധാരണ ചിലർ എതിർത്തു. ചിലർ അതിനുവേണ്ടി വാദിച്ചു. എതിർക്കുന്നവരും വാദിക്കുന്നവരും ഇരുചേരികളായി നിന്റെ വീടിനു മുന്നിൽ തർക്കിച്ചുതുടങ്ങി.

“നീ കേൾക്കുന്നുണ്ടോ ഇന്ദൂ?” അയാൾ ചോദിച്ചു,

“ഉം...” അവൾ മൂളി.

അയാൾ തുടർന്നു പറയാൻ തുടങ്ങി. “ബോഡി എടുക്കാൻ വരട്ടെ. ഇത് നാടിന്റെ പ്രശ്നമാണ്. ഈ നാട്ടിൽ ഒരു പൂർണ്ണഗർഭിണിയെ അടക്കം ചെയ്യാൻ കഴിയില്ല.” കൂട്ടത്തിലൊരാൾ വിളിച്ചു പറഞ്ഞു. ആ വിളംബരത്തിൽ ഒരു മരണവീടിനോടു കാണിക്കേണ്ട സാമാന്യമര്യാദയുണ്ടായിരുന്നില്ല. പകരം അവിവേകം നിറഞ്ഞുനിന്നിരുന്നു. “മകളെ ഇവിടെത്തന്നെ അടക്കം ചെയ്യണമെന്ന് എന്താ നിർബ്ബന്ധം? ഏതെങ്കിലും ശ്മശാനത്തിൽ അടക്കം ചെയ്തുകൂടേ?”

“അന്ത്യകർമ്മങ്ങൾക്കിടയിൽ വേണ്ടപ്പെട്ടവരിൽ നിന്നുതന്നെ ഉത്ഭവിച്ച ഈ ചോദ്യം നിന്റെ അച്ഛനെ വല്ലാതെ വേദനിപ്പിച്ചു. നിസ്സഹായാവസ്ഥയോടെ അവിടെ കൂടിയവരുടെ മുഖത്തേക്ക് അദ്ദേഹം ദയനീയമായി നോക്കി. പക്ഷേ ആ വേദന ആരും കണ്ടില്ല.

“എൻെറ മകൾക്ക് വിശ്രമിക്കാൻ വീട്ടുപറമ്പിൽ സ്ഥലമുള്ളപ്പോൾ മാലിന്യക്കൂമ്പാരമായി കിടക്കുന്ന കാടുപിടിച്ച ആ പറമ്പിൽ എന്തിനാണ് ഞാൻ അവളെ ഉപേക്ഷിക്കുന്നത്? അത്ര വെറുക്കപ്പെട്ടവളാണോ എന്റെ മകൾ?” നിന്റെ അച്ഛൻ വിങ്ങിപ്പൊട്ടി.

“ഇന്ദൂ നീ കരയാണോ?” അയാൾ ചോദിച്ചു.

പക്ഷേ അവൾ മിണ്ടിയില്ല. അയാൾ സംഭവം വീണ്ടും വിവരിച്ചു തുടങ്ങി.

“നിന്റെ അച്ഛന്റെ വികാരം ചില ചെറുപ്പക്കാർ ഏറ്റെടുത്തു. അവർ നിന്റെ കുടുംബത്തിനു വേണ്ടി വാദിച്ചു. മരണവീടിന് മുമ്പിൽ ഇരു വിഭാഗങ്ങളുമായുണ്ടായ അഭിപ്രായവ്യത്യാസം മഹത്തായ പാരമ്പര്യത്തിന് വിരുദ്ധമായി മൂർച്ചയേറിയ തർക്കങ്ങളായി രൂപാന്തരപ്പെട്ടു.

“ഗർഭിണിയാകുന്നത് തെറ്റാണോ? മാതൃത്വത്തിന് ഒരു വിലയും ഈ നാട്ടിലില്ലേ?” അവൾ പരിതപിച്ചു. “പത്തുമാസം കഴിഞ്ഞാൽ എന്റെ ചുരത്തുന്ന മാറിലെ അമൃത് അവനു കൊടുക്കാൻ ഞാൻ കാത്തിരിക്കുകയായിരുന്നു. അവന്റെ വെണ്ണപോലെയുള്ള മുഖത്ത് എനിക്ക് മുത്തം കൊടുക്കണം. അവന്റെ നിർമലമായ ചിരി എനിക്ക് കാണണം.” അവൾ കൊച്ചുകുട്ടിയെപ്പോലെ തേങ്ങിക്കരയാൻ തുടങ്ങി.

“അരുത്, കരയരുത്.” അയാൾക്ക് ആശ്വസിപ്പിക്കാൻ വാക്കുകളില്ലാതെ വീർപ്പുമുട്ടി. അന്ധവിശ്വാസത്താൽ മാതൃത്വം മാത്രമല്ല മനുഷ്യനെതന്നെ ഇല്ലായ്മ ചെയ്യുന്നവരും നാട്ടിലുണ്ട്.” അയാൾ അവളോട് പറഞ്ഞുകൊണ്ടേയിരുന്നു.

തർക്കം കലഹത്തിലേക്ക് വഴിവെക്കാതിരിക്കാൻ ആരോ അറിയിച്ചപ്രകാരമാണ് ഞങ്ങൾ പോലീസ്, സ്ഥലത്ത് വന്നത്. ഇരുവിഭാഗവും അവരവരുടെ വാദം ഞങ്ങളെ അറിയിക്കാൻ വ്യഗ്രത പൂണ്ടു.

"മരണപ്പെട്ട യുവതി അവരുടെ വീട്ടിൽ അന്ത്യവിശ്രമംകൊള്ളുന്നതുകൊണ്ട് ഈ നാടിന് എന്ത് ആപത്ത് സംഭവിക്കാനാടോ?" ഞങ്ങൾ പോലീസുകാർ നാട്ടുപ്രമാണിമാരോട് ചോദിച്ചു. പക്ഷേ അവർ നാടിന്റെ സംരക്ഷകരെപ്പോലെ വീറും വാശിയോടെയും വീണ്ടും വാദിച്ചു.

"എന്റെ അച്ഛന്റെ വേദന ആരും കണ്ടില്ലാല്ലെ?" അവൾ ഗദ്ഗദത്തോടെ ചോദിച്ചു.

കണ്ടു, ഞങ്ങൾ പോലീസുകാർ കണ്ടു. ഞങ്ങൾ നിന്റെ അച്ഛന്റെ സമീപത്തേക്ക് ചെന്നു.

വരാന്തയിൽ നിസ്സഹായവസ്ഥയിലിരിക്കുന്ന നിന്റെ അച്ഛൻ ഞങ്ങളെ കണ്ടപ്പോൾ എഴുന്നേറ്റു നിന്നു. ഇളംകാറ്റ് വീശുന്നുണ്ടെങ്കിലും അദ്ദേഹത്തിന്റെ ഇരുചെന്നിയിൽക്കൂടി വിയർപ്പ് ഒഴുകുന്നുണ്ടായിരുന്നു. നെഞ്ചിന്റെ എല്ലുകൾ പൊന്തിയിരുന്നു. മുഖം കരിവാളിച്ചിരുന്നു. കണ്ണുകൾ വാടിയിരുന്നു. അല്പം കാരുണ്യത്തിനായി അദ്ദേഹം ഞങ്ങളെ നോക്കി.

"വിഷമിക്കണ്ട. നമുക്ക് പരിഹാരമുണ്ടാക്കാം." എസ്.ഐ. അദ്ദേഹത്തെ ചേർത്തുപിടിച്ചു പറഞ്ഞു.

എസ്.ഐയുടെ ആശ്വാസവാക്ക് കേട്ട് നിന്റെ അച്ഛൻ വിതുമ്പി.

ബസ്സ്റ്റോപ്പ് എത്തിയത് അയാൾ അറിഞ്ഞില്ല, നടപ്പിന്റെ വേഗത മൂലമാണോ ഇന്ദുജയുടെ ആത്മാവിന്റെ ഭാരം മൂലമാണോ എന്നറിയില്ല അയാൾ ധരിച്ച കാക്കിയൂണിഫോം വിയർപ്പിൽ കുളിച്ചിരുന്നു. ആദ്യം വന്ന ബസ്സിൽത്തന്നെ അയാൾ കയറിപ്പറ്റി. ബിഗ് ഷോപ്പർ സീറ്റിൽ തന്നോട് ചേർത്തുവെച്ചു, സീറ്റിന് താഴെ ബാഗ് വെക്കാൻ അയാളുടെ മനസ്സ് അനുവദിച്ചില്ല.

"സാറേ..." അവൾ വീണ്ടും തേങ്ങലോടെ വിളിച്ചു.

"എന്താ ഇന്ദുജാ?" അയാൾ കരുതലോടെയും സൗമ്യതയോടെയും ചോദിച്ച് ബിഗ്ഷോപ്പറിനെ ചേർത്തുപിടിച്ചു.

"എന്റെ അച്ഛൻ വല്ലാതെ വേദനിച്ചു അല്ലേ?" അവൾ സങ്കടത്തോടെ ചോദിച്ചു.

അയാളുടെ സാന്ത്വനത്തോടെയുള്ള പെരുമാറ്റം രക്ഷകന്റെ മാറിൽ ചേർന്ന മകളുടെ തേങ്ങലായി മാറി.

“കരയല്ലേ ഇന്ദൂ...” അയാൾ ബിഗ്ഷോപ്പറിൽ തലോടി അവളെ ആശ്വസിപ്പിച്ചു. പിന്നീട് വീണ്ടും കാര്യങ്ങൾ പറഞ്ഞുതുടങ്ങി.

“പൂർണ്ണഗർഭിണിയായ മകളെ അതേപടി കുഴിച്ചിടുന്നതല്ലേ ഈ നാട്ടിലെ പ്രശ്നം? പോസ്റ്റുമോർട്ടം നടത്തി കൊച്ചിനെ വേർപ്പെടുത്തിയാൽ പ്രശ്നം തീരില്ലേ?” എസ്.ഐ. അവിടെ കൂടിയവരെ നോക്കി പറഞ്ഞു.

മകൾ എങ്ങനെയോ കുഴഞ്ഞുവീണു മരണപ്പെട്ടു എന്ന കാര്യത്തിന് നിന്റെ അച്ഛന്റെ മൊഴി രേഖപ്പെടുത്തി CrPC 174 പ്രകാരം പോലീസ് കേസ് രജിസ്റ്റർ ചെയ്തു. ശേഷം ഇൻക്വസ്റ്റ് നടത്തി. പിന്നീട് മെഡിക്കൽ കോളേജിലേക്ക് പോസ്റ്റുമാർട്ടത്തിന് കൊണ്ടുപോകാനായിട്ടാണ് എന്നെ ചുമതലപ്പെടുത്തിയത്.

മകളെ വേർപിരിഞ്ഞിരിക്കാൻ കഴിയാതെ വൃദ്ധനായ നിന്റെ അച്ഛനും ആംബുലൻസിൽ എന്നോടൊപ്പം കയറി അനുഗമിച്ചു.

“എന്താ സാർ, ആരോടാണ് സംസാരിക്കുന്നത്?” തൊട്ടടുത്ത സീറ്റിലിരിക്കുന്നയാൾ അയാളെ നോക്കി ചോദിച്ചു.

അയാൾക്ക് സ്ഥലകാലബോധം വന്നു. താൻ ബസ്സിലാണെന്നും ഇന്ദുജയെ മാറ്റാർക്കും കാണാൻ കഴിയില്ലെന്നും അയാൾക്ക് മനസ്സിലായി.

“ഓ... ഒന്നുമില്ല.” അയാൾ മറുപടി കൊടുത്തു. പുറത്തേക്ക് നോക്കിയിരുന്നു.

യാത്രക്കാരൻ അയാളെ സൂക്ഷിച്ചു നോക്കി. മനോനില തെറ്റിയ ഒരു പോലീസുകാരന്റെ കൂടെ യാത്രചെയ്യുന്നത് പന്തിയല്ലെന്നു തോന്നിയിട്ടാകാം അയാൾ സീറ്റിൽനിന്നും എഴുന്നേറ്റ് മാറിയിരുന്നു.

“പിന്നീട് എന്റെ മോന് എന്തു സംഭവിച്ചു? പറയൂ.” അവൾ അക്ഷമയോടെ ചോദിച്ചു

“പറയാം... പറയാം.” അയാൾ സൗമ്യതയോടെ അവളെ ആശ്വസിപ്പിച്ചു.

പാഞ്ഞുപോകുന്ന ബസ്സിലേക്ക് ഇരച്ചുകയറുന്ന കാറ്റ് അയാളുടെ മുഖത്തു പ്രഹരിച്ചുകൊണ്ടിരുന്നു. കാറ്റിന്റെ ശക്തിയിൽ അയാളുടെ കണ്ണുകൾ അടയുന്നുണ്ടായിരുന്നു. മുഖം ചുളിച്ചുകൊണ്ട് അയാൾ വീണ്ടും പറഞ്ഞുതുടങ്ങി.

“പോസ്റ്റുമോർട്ടം മുറിയുടെ പുറത്ത് അവിഞ്ഞ ഗന്ധത്തിന്റെ അസ്വസ്ഥതയിൽ ഞങ്ങൾ എല്ലാവരും കാത്തു നിന്നു.

“മോനേ... ന്റെ കുട്ടിയെ പോസ്റ്റുമോർട്ടം ചെയ്യുമ്പോൾ അവളുടെ വയറ്റിലുള്ള കുട്ടിയെ വേറെ തരണമെന്നു ഡോക്ടർസാറിനോട്

ഒന്നു സൂചിപ്പിക്കാമായിരുന്നു." നിന്റെ അച്ഛൻ എന്നോട് ദയനീയ മായി ആവശ്യപ്പെട്ടു.

ഞാൻ നിന്റെ അച്ഛനെ ഒന്നു നോക്കി. പോസ്റ്റുമോർട്ടം മുറി യിലെ കർശനസ്വഭാവമുള്ള ഡോക്ടറുടെ മുന്നിലേക്ക് അനുവാദ മില്ലാതെ കടന്നുചെന്നാലുണ്ടാകുന്ന ഭവിഷ്യത്ത് എനിക്ക് അറിയാ മായിരുന്നു. പക്ഷേ നിസ്സഹായാവസ്ഥയിലുള്ള പിതാവിന്റെ വേദന നിറഞ്ഞ ആവശ്യം തള്ളിക്കളയാൻ എൻെറ മനസ്സിന് കഴിയുന്നില്ല. മാത്രമല്ല നാടും നാട്ടുകാരും എന്തിനുവേണ്ടി കാത്തിരിക്കുന്നു, അത് നടപ്പിലാക്കണ്ടേ? ഞാൻ അസ്വസ്ഥനായി. അടച്ചിട്ട പോസ്റ്റുമോർട്ടം മുറിയിൽനിന്നും തലയോട്ടി വെട്ടിപ്പൊളിക്കുന്ന ശബ്ദം കേൾ ക്കുന്നു. എല്ലാം കഴിഞ്ഞ് നിരാശനായിട്ട് കാര്യമില്ലല്ലോ. രണ്ടും കല്പിച്ച് ഞാൻ അകത്തു കയറി. പോസ്റ്റുമോർട്ടം ടേബിളിനടുത്തു നിൽക്കുന്ന ഡോക്ടർ തലയുയർത്തി എന്നെ നോക്കി.

"എന്താടോ?" ഡോക്ടർ രൂക്ഷമായി ചോദിച്ചു,

"സർ... പോസ്റ്റുമോർട്ടം കഴിഞ്ഞാൽ വയറ്റിലെ കുട്ടിയെ വേറെ തരണം." ഞാൻ ഭവ്യതയോടെ പറഞ്ഞു.

"പോസ്റ്റുമോർട്ടം താൻ എന്നെ പഠിപ്പിക്കേണ്ട. താൻ ഇങ്ങോട്ട് ഒരു ബോഡിയല്ലേ കൊണ്ടുവന്നത്? പിന്നെ എങ്ങനെ രണ്ടു ബോഡി കൊണ്ടുപോകും? താൻ പുറത്തിറങ്ങി നിൽക്ക്." ഡോക്ടർ ശാസന യോടെ പറഞ്ഞു.

പദ്ധതി പൊളിഞ്ഞല്ലോ ഭഗവാനേ... ഞാൻ പുറത്തിറങ്ങി. കൂടെ വന്നവർ ആകാംക്ഷയോടെ എന്നെ നോക്കി.

"ഡോക്ടർ അടുക്കുന്നില്ല. കുട്ടിയെ വയറ്റിൽതന്നെ വെച്ചുനല്കാ നാണ് ഉദ്ദേശ്യം." ഞാൻ അവിടെ കൂടിയവരോട് പറഞ്ഞു. എല്ലാ വരുടെയും മുഖത്ത് നിരാശ പടർന്നു.

"ഭഗവാനേ... ഇനി ഞാൻ എന്തു ചെയ്യും? എന്റെ മോളെ ഞാൻ എങ്ങോട്ട് കൊണ്ടുപോകും?" നിറകണ്ണുകളോടെ ആ വൃദ്ധനായ അച്ഛൻ മോർച്ചറിയുടെ അഴുക്കുപുരണ്ട വരാന്തയിൽ കുന്തിച്ചിരുന്നു. ജീവനില്ലാത്ത മനുഷ്യന്റെ ശരീരത്തോട് മല്ലിടുന്ന ഫോറൻസിക് സർജന് ജീവിച്ചിരിക്കുന്ന മനുഷ്യന്റെ വികാരങ്ങളും വേദനയും കാണാൻ കഴിയുന്നില്ല.

പൊതുജനങ്ങളുടെ ജീവനും സ്വത്തും സംരക്ഷിക്കുന്ന കടമ യിൽ മാത്രം ഒതുങ്ങാതെ അവരുടെ വേദനയും വിഷമങ്ങളും കാണാ നുള്ള മനസ്സും വിവേകവും ഉണ്ടെങ്കിലേ സമൂഹം ആഗ്രഹിക്കുന്ന പോലീസാകുകയുള്ളൂ. പൊതുജനങ്ങളുമായി ഏറ്റവും കൂടുതൽ

അടുക്കുന്ന പോലീസിന് അത്തരത്തിലുള്ള മനസ്സ് ഉണ്ടാകണം. നിസ്സഹായാവസ്ഥയിലുള്ള പിതാവിന്റെ വേദന പോലീസുകാരനായ എന്റെ മനസ്സിനെ അലട്ടി. അടഞ്ഞുകിടക്കുന്ന പോസ്റ്റുമോർട്ടം മുറിയുടെ വാതിലിലേക്ക് ഞാൻ നോക്കി. പിന്നെ രണ്ടും കല്പിച്ച് അടച്ചിട്ട മുറിയിലേക്ക് തള്ളിക്കയറി. നിവർന്നുനിന്ന് ഡോക്ടറുടെ മുഖത്തേക്ക് ഒരു പടയാളിയെപ്പോലെ തീക്ഷ്ണമായി നോക്കി ഇടിവെട്ടുന്ന ശബ്ദത്തോടെ അറ്റൻഷനായി. പിന്നെ സല്യൂട്ട് ചെയ്തു.

ഡോക്ടർ രൂക്ഷമായി എന്നെ നോക്കി.

ധരിച്ചിരിക്കുന്ന കാക്കിയൂണിഫോമും തലയിലെ തൊപ്പിയുടെ മദ്ധ്യത്തിലായി കാണുന്ന തൃക്കണ്ണുപോലെയുള്ള ഔദ്യോഗിക എംബ്ലത്തിന്റെ തിളക്കവും പോലീസുകാരന്റെ ജ്വലിക്കുന്ന കണ്ണുകളും കണ്ടപ്പോൾ ഡോക്ടർ അറിയാതെ തലതാഴ്ത്തി.

“സർ ദേഷ്യപ്പെടരുത്. മകളുടെ വേർപ്പാടിൽ മനംനൊന്ത ഒരു അച്ഛൻ മോർച്ചറിക്ക് പുറത്ത് കാവിലിരിക്കുന്നുണ്ട്. പൂർണ്ണഗർഭിണിയെ അതേപടി കുഴിച്ചിട്ടാൽ നാടുനശിക്കുമെന്നു വിശ്വസിക്കുന്ന അവിവേകികൾക്ക് മറുപടി കൊടുക്കാൻ കഴിയാതെ നിസ്സഹായാവസ്ഥയിലുള്ള ആ വൃദ്ധന്റെ വേദന കണ്ടില്ലെന്ന് നടിക്കാൻ എനിക്ക് കഴിയുന്നില്ല, പൂർണ്ണഗർഭിണിയായ മകളെ അതേപടി കുഴിച്ചിട്ടാൽ നാട്ടുകാരുടെയും ബന്ധുക്കളുടെയും ശാപവാക്കുകളിൽ മകളുടെ ആത്മാവിന് ശാന്തി ലഭിക്കില്ലെന്ന് ആ അച്ഛൻ ഭയപ്പെടുന്നു. അതുകൊണ്ട് കുട്ടിയെ വേർപ്പെടുത്തിത്തരുന്നതിന് സർ മനസ്സ് കാണിക്കണം.”

പോലീസുകാരനായ എന്റെ വികാരപരമായ വാക്കുകൾ കേട്ടപ്പോൾ ഡോക്ടർ തലയുയർത്തി നോക്കി. ഡോക്ടറെ അസിസ്റ്റു ചെയ്യുന്ന മറ്റു ജീവനക്കാർ പോലീസുകാരനായ എന്നെ നോക്കി. പിന്നെ ഡോക്ടറെ നോക്കി. ശേഷം പോസ്റ്റുമോർട്ടം ടേബിളിൽ യാതൊന്നും അറിയാതെ കിടക്കുന്ന നിന്നെ നോക്കി. അവരുടെ മുഖത്ത് സഹതാപം നിഴലിച്ചു,

“സമ്പൂർണ്ണ സാക്ഷരത അവിവേകത്തെ ഇല്ലാതാക്കുന്നില്ല അല്ലേ പോലീസേ? ശരി, ഞാനായിട്ട് ഇനി അവരെ ബുദ്ധിമുട്ടിക്കുന്നില്ല.” ഡോക്ടർ സൗമ്യതയോടെ പറഞ്ഞു.

ഡോക്ടറുടെ മനസ്സ് മാറ്റിയെടുക്കാൻ കഴിഞ്ഞ സംതൃപ്തിയോടെ ഞാൻ പുറത്തിറങ്ങി.

ബോഡിയുടെ കൂടെ വന്നവർ ആകാംക്ഷയോടെ എന്നെ നോക്കി. എല്ലാം ശരിയാകുമെന്ന അർത്ഥത്തിൽ ഞാൻ തലയാട്ടി, നിശ്ശബ്ദനായിരിക്കുന്ന പിതാവിന്റെ ഉറവ വറ്റിയ കണ്ണിലേക്ക് ഞാൻ

നോക്കി. മകൾ ജീവനോടെ ഇനിയും വരുമെന്ന വിശ്വാസം ആ കണ്ണുകളിൽ അപ്പോഴും നിഴലിക്കുന്നത് ഞാൻ കണ്ടു.

അധികം വൈകാതെ പോസ്റ്റുമോർട്ടം മുറിയുടെ വാതിൽ തുറന്നു സ്ട്രെച്ചർ പുറത്തേക്കു വന്നു. വരാന്തയിൽ കുന്തിച്ചിരുന്ന വൃദ്ധനായ നിന്റെ അച്ഛൻ എഴുന്നേറ്റു. തന്റെ മകളോട് ചേർന്നു കിടക്കുന്ന ചോരക്കുഞ്ഞിനെ നോക്കി അദ്ദേഹത്തിൻെറ ചുണ്ടുകൾ ശബ്ദം പുറത്തുവരാതെ മന്ത്രിച്ചു. “ആൺകുട്ടി.” പിന്നെ വേദന യോടെ മുഖം തിരിച്ചു.

മകനോടൊന്നിച്ച് അന്തിയുറങ്ങേണ്ട എന്നെ അവനിൽ നിന്നും വേർപ്പെടുത്തി. അവൾ തേങ്ങിത്തേങ്ങി കരയാൻ തുടങ്ങി.

അയാൾ ബിഗ്ഷോപ്പർ വീണ്ടും അയാളോട് ചേർത്തുവെച്ചു.

“കരയല്ലേ ഇന്ദൂ... കരയല്ലേ.” അയാൾ ആശ്വസിപ്പിച്ചുകൊണ്ടി രുന്നു.

“സാർ... സ്റ്റേഷനെത്തി.” കണ്ടക്ടർ തട്ടിവിളിച്ചപ്പോൾ അയാൾ ഞെട്ടി ഉണർന്നു. മകളെ ഒക്കത്തുവെച്ച് ഇറങ്ങുന്ന അച്ഛനെപ്പോലെ അയാൾ ബാഗ് പിടിച്ച് കരുതലോടെ ബസ്സിൽനിന്നും ഇറങ്ങി.

“എനിക്ക് ഭയമാകുന്നു. ഞാൻ ഇന്നേവരെ പോലീസ്സ്റ്റേഷനിൽ വന്നിട്ടില്ല.” അവൾ ഭയപ്പാടോടെ പറഞ്ഞു.

“നീ എന്തിന് ഭയപ്പെടണം? നിന്നെ ഒരു കുറ്റവാളിയായി കൊണ്ടു വന്നതല്ല. എങ്ങനെയോ വഴിതെറ്റിവന്ന മരണം നിന്നെ ഇങ്ങോട്ട് എത്തിച്ചതാണ്. ഇന്നു നീ ഇവിടെ കഴിയണം. നാളെ നിന്നെ ഞാൻ കാക്കനാട് കെമിക്കൽ ലാബറട്ടറിയിലേക്ക് കൊണ്ടുപോകും. അവിടെ യാണ് നീ ഇനി കഴിയേണ്ടത്.”

പോലീസ് സ്റ്റേഷനിലെ തൊണ്ടിമുറിയിൽ അയാൾ ബാഗ് വെച്ചു. മുറി അടച്ചുപൂട്ടുമ്പോഴും ഇന്ദുവിന്റെ തേങ്ങൽ അയാളുടെ മനസ്സിനെ വല്ലാതെ നൊമ്പരപ്പെടുത്തുന്നുണ്ടായിരുന്നു.

■

എല്ലാം നല്ലതിന്

സുന്ദരമായ സ്വപ്നം നെയ്തുകൂട്ടിയാണ് ഹവിൽദാർ ഓമനക്കുട്ടൻ പട്ടാളത്തിൽനിന്നും വിരമിച്ച് ജന്മനാട്ടിലേക്ക് വണ്ടി കയറിയത്. ഇനി നാടും നാട്ടുകാരുമായും വീടും വീട്ടുകാരുമായും ഇഴുകിച്ചേർന്ന് ജീവിക്കണം. ഒരു ആകാശം നിറയെ സ്വപ്നങ്ങളും പ്രതീക്ഷകളുമായിട്ടാണ് ഓമനക്കുട്ടൻ നാട്ടിലേക്ക് പുറപ്പെട്ടത്.

അപ്പോഴും മനസ്സിന്റെ കോണിൽ എവിടെയോ ഒരു വിരഹദുഃഖം അയാളെ അലോസരപ്പെടുത്തുന്നുണ്ടായിരുന്നു.

ഈ വേർപിരിയൽ ദുഃഖം ആരോടാണ്? ജീവനില്ലാത്ത പട്ടാള ബാരക്കിനോടാണോ? സ്വന്തം ഭാര്യയെപ്പോലെ താലോലിച്ചിരുന്ന സദാസമയം തോളിൽ ഞാന്നുകിടന്നിരുന്ന AK47നോടാണോ? അതോ രാജ്യത്തിനുവേണ്ടി വീരമൃത്യുവരിച്ച തന്റെ സഹപ്രവർത്തകരുടെ ഓർമ്മകളോടാണോ?

മാതൃരാജ്യത്തിന്റെ കാവൽക്കാരനായി തോക്കേന്തി തെരുവിൽ നിൽക്കുമ്പോഴും കടന്നുപോകുന്ന ഓരോ വ്യക്തികളും ഓരോ ചാവേറുകളായി മാറിയില്ലെങ്കിൽ മാത്രം ജീവൻ നിലനിർത്തുന്ന കാലം! ഓരോ പട്ടാളക്കാരന്റെയും സ്ഥിതി ഇതുതന്നെയായിരുന്നു.

22 വർഷം രാജ്യത്തിനുവേണ്ടി ഉറങ്ങാതെ കാവലിരുന്നു. ഇനി മുതൽ ഉറക്കം വരുമ്പോൾ ഉറങ്ങാം, ഉറക്കം മതിയാകുമ്പോൾ മാത്രം ഉണർന്നാൽ മതി. അച്ചടക്കത്തിന്റെ വാൾമുനയെ ഭയക്കാതെ, ബ്യൂഗിളിന്റെ വിളിയിൽ ഞെട്ടാതെ, വെടിമരുന്നിന്റെ ഗന്ധം ശ്വസിക്കാതെ ഇനി ജീവിക്കണം. പുതിയ സ്വപ്നത്തിൽ മുഴുകിയാണ് ഓമനക്കുട്ടൻ നാട്ടിലേക്ക് യാത്ര ചെയ്തത്.

വല്ലപ്പോഴും ലീവിൽ വരുമ്പോൾ അമ്മയുടെ സ്നേഹത്തോടെയുള്ള 'ഓമനേ...' എന്ന വിളിയും ഭാര്യയുടെ 'കുട്ടേട്ടാ...' എന്ന വിളിയും പരിചരണവും സ്ഥിരമായി വീട്ടിലുള്ളപ്പോൾ കിട്ടില്ലെന്നറിയാൻ ഓമനക്കുട്ടന് അധികം സമയം വേണ്ടിവന്നില്ല.

സ്വന്തം വീട് സമാധാനം നഷ്ടപ്പെട്ട കാശ്മീർ താഴ്വരപോലെയായി. ഇടയ്ക്കിടെ പൊട്ടലും ചീറ്റലും പതിവായി. അമ്മയും ഭാര്യയും തമ്മിൽ ഇന്ത്യയും പാക്കിസ്ഥാനുംപോലെയാണ് കഴിയുന്നത്. ഒരു രീതിയിലും വിട്ടുവീഴ്ചയില്ലാത്ത മനോഭാവമായിരുന്നു ഇരുവർക്കും.

എംബസിയിലെ സ്ഥാനപതിയെ വിളിച്ച് ശാസിക്കുന്നപോലെയാണ് അയാളെ അമ്മയും ഭാര്യയും മാറിമാറി ശാസിക്കുന്നത്. ശത്രുരാജ്യത്തെ പട്ടാളക്കാർ അതിർത്തിയിൽ പരസ്പരം കാണുമ്പോൾ സംസ്കാരത്തിന്റെ പേരിൽ അഭിവാദ്യം ചെയ്യാറുണ്ട്. പക്ഷേ ഇവിടെ അഭിവാദ്യവുമില്ല സംസ്കാരവുമില്ല. പകരം കരാർ ലംഘിച്ചുള്ള അതിർത്തിയിലെ വെടിവെപ്പുപോലെ പരസ്പരം കലഹം മാത്രമേയുള്ളൂ.

സമാധാനമില്ലാത്ത സ്വന്തം വീടിനേക്കാൾ എത്രയോ ഭേദമാണ് ജീവൻ പണയം വെക്കുന്ന സർവ്വീസ് കാലഘട്ടമെന്ന് അയാൾക്ക് തോന്നിത്തുടങ്ങി.

വീരമൃത്യുവരിച്ച ധീരജവാന്മാരുടെ വാർത്ത വായിക്കുമ്പോൾ അഭിമാനം തോന്നാറുണ്ട്. സ്വന്തം കുടുംബത്തിലെ കലഹം കാണുമ്പോൾ ഇത്തരത്തിൽ വീരമൃത്യുവിന് തനിക്ക് ഭാഗ്യം ലഭിക്കാത്തതിലുള്ള നിരാശ അയാളുടെ മുഖത്ത് പ്രകടമാകാറുണ്ട്.

ഐക്യരാഷ്ട്രസഭയുടെ മേധാവിയെപ്പോലെ പലവട്ടം മധ്യസ്ഥതയ്ക്ക് ശ്രമിച്ചപ്പോഴും താൻ അപമാനിതനാവുകയാണ് പതിവ്. ചൈനയുടെ മനസ്സുള്ള ചില അയൽവാസികൾ മറഞ്ഞിരുന്ന് ഇരുകൂട്ടർക്കും രഹസ്യമായി പരദൂഷണവെടിക്കോപ്പുകൾ കൈമാറുന്നു. ഓരോ ദിവസവും ഓരോരോ വെടിക്കോപ്പുകൾ ഉപയോഗിച്ച് ഇരുവരും പരസ്പരം കലഹിക്കുന്നു.

നിരാശപൂണ്ട ജീവിതവുമായി അയാൾ ഒതുങ്ങിക്കൂടി.

ഒരു കർക്കടകമാസത്തിൽ കലിയിറങ്ങാത്ത വെളിച്ചപ്പാടിനെപ്പോലെ മഴ അട്ടഹസിച്ച് കലിതുള്ളുന്നു. വീട്ടുപടിക്കൽ പോലീസ് ജീപ്പ് വന്നപ്പോൾ ദുശ്ശകുനംപോലെ വലംകണ്ണ് തുടിക്കുന്നുണ്ടായിരുന്നു.

വഴി ചോദിക്കാനായിരിക്കുമെന്ന് കരുതി പുഞ്ചിരിയോടെ കുടചൂടി അടുത്തേക്ക് ചെന്നു. പിന്നെ ബഹുമാനസൂചകമായി പട്ടാളക്കാരന്റെ പാരമ്പര്യസല്യൂട്ട് ചെയ്തു. ശത്രുവാണെങ്കിലും സല്യൂട്ടിന് മറുപടിയായി സല്യൂട്ട് തന്നെ കൊടുക്കണം. പക്ഷേ മറുപടി സല്യൂട്ടിന് പകരം കനമുള്ള മുഖഭാവമുള്ള പോലീസ് ഓഫീസറെയാണ് കണ്ടത്. പിന്നെ കാർപോർച്ചിൽ കിടക്കുന്ന തന്റെ പഴയ കാറിലേക്ക് തുറിച്ചുനോക്കി.

"ഇത് താനാണോ ഉപയോഗിക്കുന്നത്?" തുരുമ്പിച്ച ഗെയ്റ്റ് തുറക്കുന്ന ശബ്ദത്തോടെ പോലീസ് ഓഫീസർ ചോദിച്ചു.

"അതെ സാർ." ബഹുമാനത്തിന് ഒട്ടും കുറവു വരുത്താതെ മറുപടി പറഞ്ഞു.

"ചില കാര്യങ്ങൾ ചോദിച്ചറിയാനുണ്ട്. താൻ ജീപ്പിൽ കയറ്."

കൈത്തണ്ടയിൽ പിടിമുറുക്കി ജീപ്പിലേക്ക് ബലമായി കയറ്റി. ഒപ്പം തന്റെ പഴയ കാർ മറ്റൊരു പോലീസുകാരൻ സ്റ്റാർട്ടാക്കിക്കഴിഞ്ഞു.

ഒരു കൊലപാതകത്തിന് സമാധാനം പറയേണ്ട ബാധ്യത തനിക്കാണെന്ന് പോലീസ്സ്റ്റേഷനിൽ എത്തിയപ്പോഴാണ് ഓമനക്കുട്ടന് മനസ്സിലായത്. താനൊരു Ex-Serviceman ആണെന്നും മരിച്ചയാളുമായി തനിക്ക് യാതൊരു മുൻപരിചയമില്ലെന്നും അയാളുമായി യാതൊരു ശത്രുതയില്ലെന്നും കടുത്ത മനോവേദനയോടെ പറഞ്ഞിട്ടും കാക്കിക്കുള്ളിലെ ധാർഷ്ട്യം നിറഞ്ഞ ഉദ്യോഗസ്ഥരുടെ തലച്ചോറിൽ തന്റെ വാക്കുകൾ കയറിക്കൂടിയില്ല. പകരം കൊലക്കേസിലെ പ്രതിയെ കണ്ടെത്തിയ സംതൃപ്തിയായിരുന്നു അവരുടെ മുഖത്ത്.

മൃതദേഹം കണ്ടതിന്റെ തലേദിവസം തന്റെ കാറിന്റെ ഡിക്കിയിൽ ഒരു ശവശരീരം ഉണ്ടായിരുന്നുവെന്നും അതിന്റെ കാൽപത്തി പുറത്തേക്ക് നീണ്ടുനിൽക്കുന്നത് നാട്ടുകാരിൽ ചിലർ കണ്ടിട്ടുണ്ടെന്നും മാത്രമല്ല സി.സി.ടി.വി. ദൃശ്യങ്ങൾ കളവുപറയില്ലെന്നും പോലീസ് വാദിച്ചു.

നിരപരാധിത്വം തെളിയിക്കാനുള്ള സമയവും സൗകര്യവും തരാതെ ധരിച്ചിരുന്ന ഉടുമുണ്ടും ഷർട്ടും അഴിച്ചുമാറ്റി നേരെ ലോക്കപ്പിലേക്ക് കയറ്റി. ഒപ്പം ഭീഷണിയും. "സത്യം സത്യമായി പറഞ്ഞില്ലെങ്കിൽ പട്ടാളക്കാരനാണെന്ന് നോക്കില്ല. ചവിട്ടിക്കൂട്ടും ഞങ്ങൾ."

തന്റെ ഹൃദയവ്യഥ ആരോടാണ് പങ്കുവെക്കേണ്ടതെന്നറിയാതെ അയാൾ ലോക്കപ്പിലെ അഴുക്കുപുരണ്ട ചുമരിൽ ചാരി തലയ്ക്ക് കൈകൊടുത്തിരുന്നു.

22 വർഷം മാതൃരാജ്യത്തിന്റെ കാവൽക്കാരനായിരുന്ന താൻ ഇപ്പോൾ സ്വന്തം രാജ്യത്തിന്റെ ശത്രുവായി മാറിയിരിക്കുന്നു. മനസ്സിലെ തേങ്ങൽ പുറത്തേക്ക് വരാതിരിക്കാൻ ഓമനക്കുട്ടന് വല്ലാതെ പണിപ്പെടേണ്ടിവന്നു. ഒരു പട്ടാളക്കാരൻ തളരരുത് ഏത് പ്രതിസന്ധിയും നേരിട്ടേ മതിയാകൂ. ഉറച്ച മനസ്സോടെ ലോക്കപ്പിലെ ഇരുട്ടുള്ള ഭാഗത്തേക്ക് മാറിയിരുന്നു.

സൗമ്യമായ ചോദ്യങ്ങൾക്ക് ഉത്തരം പറയാൻ കഴിയും. പക്ഷേ ഉത്തരം പ്രതീക്ഷിക്കാത്ത അടിച്ചേൽപ്പിക്കൽ ചോദ്യങ്ങളാണ് പലരും

ചോദിക്കുന്നത്. ചോദ്യകർത്താവിന് ഉത്തരം ആവശ്യമില്ല. പകരം കുറ്റം ഏറ്റെടുക്കുന്നു എന്ന മറുപടിയാണ് വേണ്ടത്.

കാറിൽ ഡെഡ്ബോഡി കണ്ട ദിവസം ഞാൻ കാറോടിച്ചിട്ടില്ല, ആ ദിവസം കാർ വർക്ക്ഷോപ്പിലായിരുന്നു. ഈ വിവരം അധികാരികളെ ബോധ്യപ്പെടുത്താൻ ഓമനക്കുട്ടന് വല്ലാതെ പണിപ്പെടേണ്ടി വന്നു.

അയാളുടെ നിരന്തരമായ അഭ്യർത്ഥനപ്രകാരം വർക്കുഷോപ്പുകാരനെ തേടി പോലീസ് പാഞ്ഞു.

അപ്രതീക്ഷിതമായ കരച്ചിൽ കേട്ടാണ് അയാൾ തലയുയർത്തി നോക്കിയത്. ലോക്കപ്പിനു പുറത്ത് തന്റെ അമ്മയും ഭാര്യയും നില്ക്കുന്നു. അടിവസ്ത്രം മാത്രം ധരിച്ചു നിൽക്കുന്ന തന്നെ കണ്ടപ്പോൾ മാതൃഹൃദയം തേങ്ങി. ദയനീയാവസ്ഥയിലുള്ള തന്റെ മുഖം കണ്ടപ്പോൾ ഭാര്യയും തളർന്നു. ഇരുവരും വാവിട്ടുകരഞ്ഞു. സ്നേഹിക്കുന്നവരുടെ നൊമ്പരം കണ്ടാൽ മനസ്സുരുകുന്നവരാണ് പട്ടാളക്കാർ. അയാളുടെ കണ്ണിൽനിന്നും ചുടുകണ്ണീരൊഴുകി. ഇരുകൈകളാലും മുഖം മറച്ച് അയാൾ തേങ്ങി.

മകന്റെ കണ്ണീരുകണ്ട് മാതൃത്വം തേങ്ങിയപ്പോൾ ഭർത്താവിന്റെ കണ്ണീരിൽ ഭാര്യയുടെ ഹൃദയവും തേങ്ങി. വീടിനകത്ത് ശത്രുരാജ്യങ്ങളെപ്പോലെ കലഹിച്ചവരുടെ ശത്രുതയും വൈരാഗ്യവും ഓമനക്കുട്ടന്റെ കണ്ണീരിലൊലിച്ചുപോയി. ലോക്കപ്പിനു പുറത്ത് അമ്മയും ഭാര്യയും പരസ്പരം കെട്ടിപ്പിടിച്ച് തേങ്ങിക്കരയുന്നത് ലോക്കപ്പിനകത്തുനിന്നും ഓമനക്കുട്ടൻ നിർവൃതിയോടെ കണ്ടു.

കാറിന്റെ അടിത്തട്ടിലെ ശബ്ദം തിരിച്ചറിയുന്നതിനായി ഡിക്കിയിലിരുന്നത് താനാണെന്ന് വർക്കുഷോപ്പ് ജീവനക്കാരന്റെ ഉറച്ച വാക്കുകളും സി.സി.ടി.വിയിൽ കാണുന്ന കരിപിടിച്ച കാലും വർക്കുഷോപ്പുകാരന്റെ കരിപിടിച്ച കാലും തമ്മിൽ സാമ്യമുണ്ടെന്നും കണ്ടെത്തിയതിനാൽ ഓമനക്കുട്ടന്റെ ലോക്കപ്പ്വാസത്തിന് തിരശ്ശീല വീണു. നിരപരാധിയും പട്ടാളക്കാരനുമായ താൻ ലോക്കപ്പിൽ കിടക്കേണ്ടിവന്നതിൽ ഓമനക്കുട്ടന് പരാതിയില്ല. പകരം തന്റെ ലോക്കപ്പുവാസം കാരണം അമ്മയും ഭാര്യയും ശത്രുത മറന്ന് പരസ്പരം അടുക്കാനും പുണരാനും ഇടവന്നതിനാൽ അയാളുടെ മനസ്സിൽ സംതൃപ്തിയുടെ വേലിയേറ്റം തിരതല്ലി.

'നന്ദി പോലീസേ... നന്ദി. നിങ്ങളുടെ സേവനത്തിൽ ഞാൻ സംതൃപ്തനാണ്.'

ഓമനക്കുട്ടൻ ആത്മവിശ്വാസത്തോടെ അമ്മയേയും ഭാര്യയേയും ചേർത്തുപിടിച്ച് പോലീസ്സ്റ്റേഷനിൽനിന്നും പുറത്തിറങ്ങി.

■